My Manager's note: Work or Love?

Sherwin D. Dizon

Ukiyoto Publishing

All global publishing rights are held by

Ukiyoto Publishing

Published in 2021

ISBN 9789354907616

For my family and friends,
To all book lovers
Romance novel readers
this book is yours,

Ukiyoto Publishing,
Thank you...

CONTENTS

Chapter 1	1
Chapter 2	15
Chapter 3	21
Chapter 4	30
Chapter 5	38
Chapter 6	44
Chapter 7	50
Chapter 8	58
Chapter 9	67
Chapter 10	74
Chapter 11	83
Chapter 12	92

Chapter 1

"Cut!" Sigaw ni Direk sa isang Scene na kanilang kinukunan. "Ok, Great Scene, Great Action, Good Job! Next Shooting natin ay sa Tagaytay naman tayo. Break na muna tayong lahat" "Ok, Direk!" "Thankyou, Direk!" "Kaloka naman. Napalayo na naman ang Destination ng Shooting, Sa Tagaytay naman" "Ganun talaga, Taping ito at palabas sa Telenovela. pa iba-iba nang place. Heto mag Coffee ka muna Chelsea, habang mainit pa" "Naku nakaka-gulat ka naman Rose ha, Bigla-bigla ka na lang susulpot at nagsa-salita dyan" "Ganun ba, Sorry naman, hindi ko sinasadya. kanina pa kasi kita na papansin eh. parang ang lalim ng iyong iniisip, Stress ka ba? Worry? May mga Bills na dapat bayaran? May Project ka pa ba? Don't tell me, wala ka nang hina-hawakang mga Artist ngayon?" "Hay naku, sakit lang talaga sa ulo ang trabahong ito. Ofcourse meron pa naman, My Role naman sa kanila eh, to make them Fame and Rich!" "Ganun naman talaga Chelsea, pinag-paguran naman nila yun. Pinag-hirapan, pinag-puyatan ang kanilang kasikatan" "And then paano naman kaming mga Talent Managers nila at mga Handler nila, Nganga? Wala man lang kaming nakukuha buhat sa kanila" "Bakit ba? binabayaran naman kayo nang Network ha? May mga Commission pa kayo sa mga Artist, Sa mga Dealing ninyo, sa mga Talent Fees?"

"Hello? I am a Talent Manager Employees in a T.V Network, Sila lang nag papa-sweldo sa akin" "Atleast may Contact ka, may support ka, may ka-kilala ka sa lahat nang Clients na nakaka-usap mo. Sa mga Promotions, Advertising Ads mga T.V Commercials" "Naku, I'll be back na lang siguro sa pagiging Film maker ulit. para Instant na rin ang kita ko, para agad na akong yumaman!"

"Talaga lang ha, basta wag mo akong kakalimutan ha Friend?"

"Oo naman Rose ikaw pa!" Graduated nang Business Management itong si Chelsea, Recent job niya ay ang pagiging Film maker. Dahil na rin sa kakulangan ng Funds at Support sa kanyang mga Project na Movies ay nahinto na muna ito. Walang gaanong mga Producers ang nagkaka-Interest sa kanyang mga sinusulat kung kaya't nag baka-sakali siyang nag Apply sa isang T.V Network at dito ay natanggap bilang Production Assistant at kalaunan ay naging isang Talent Manager. Marami siyang inalagahang mga Talent Artist na kanyang tinatawag na mga Baby's. Anak, Asawa, Partner, ang mga turing niya sa mga ito. Mahigpit at very Strict pagdating sa kanyang mga Baby's. para rin naman ito sa kapakanan at kinabukasan nila. Mine-mentor niya ang mga ito, Pinu-push at Ini-excell sa kanilang mga Career at mga Achievement sa buhay. Tinuturuan din niya nang kagandahang asal, Moral at Spiritual, kababaan nang loob, maayos na pakiki-tungo at pagharap sa Publicity. Sa Financially na din, at pagiging maka-Diyos. "Hello, nasaan ka? What i told to you na lagi ka munang makikipag-Coordinate sa akin bago ka gagawa ng sarili mong desisyon. Look, ikaw din ang napapa-hamak dahil sa katigasan ng ulo mo! Ano na naman sasabihin nila sa akin at nang mga Press? Na ang Manager mo ay iresponsable? Hindi ka pinag sasabihan, wala akong kwenta? Pati ako nasisira sa mga kalokohan mo Jake. Sikat ka na Jake, lahat nang tao naka-tingin sa iyo. Yung mga mata nang Press, laman ka lagi nang mga Tabloids at Magazines, He, Hello? Hello! Jake! binabaan siya nang Telepono nang kanyang kausap. "Ah ganun ha, sorry! Bibitiw na ako sa iyo. I Resigned as your Talent Manager effective today!" And that's it! Mabilis na kumalat ang balita. Spread like the Covid-19 or the Novel Corona Virus in all T.V News, Media, and Newspapers. "Local Showbiz Celebrity Jake Almazen, iniwan nang kanyang Talent Manager dahil matigas ang ulo" "Oh my! Ang bilis talagang pumutok nang balita, as in?" "Magtataka ka pa ba Chelsea? You know you are in a Showbiz World, Lahat lahat na, iniintriga. pati Size, Color at Brand nang Underwear mo ay inaalam, kaya dapat always's looking good sa kanila. kapag may naamoy sa iyo, isisiwalat nila ang baho mo" "Anong gagawin ko ngayon Beverlyn? Haharap na naman ako sa Press? Magpapaliwanag? Nakausap ko na ang Network Management regarding this matter pati rin pala sila affected sa ginagawa ng Jake na iyan. Nasisira din ang imahe nang Network lalo sa mga ka kumpetensya nitong ibang Network!" "Ganyan talaga, trabaho mo yan. pinasukan mo yan. From the start alam mo naman. maipag-tatanggol ka naman siguro nang mga ka kilala mo sa showbiz" "Hope so, sana naman! Sayang ka Jake, sinira mo Career mo, sinira mo mga pangarap namin para sa iyo" "If they don't see the value of having you Chelsea, don't convince them. Buhay na nila yan. Just do your job. you give all and that's enough" "Halos ibigay ko na sa kanila ang buhay ko, ang Time ko, ang katawan ko, ang kasiyahan ko para i-motivate sila to Pursue sa successful career nila pero wala. and you're right Beverlyn, nakaka-lasing nga talaga ang tagumpay! Sila na rin mismo ang magpapa-bagsak sa kanilang mga sarili sa sobrang pag-iinom nang alak nang tagumpay! At kapag ikaw ay tuluyan nang nalasing ay mawawalan ka na nang balanse at hindi mo na alam ang iyong ginagawa. babagsak ka at masasadlak sa kahihiyang iyong idinudulot. Hahagkan mo ang marumi at hahalikan ang putik, At sa iyong pag gising ikaw ngayon ay nawalan na nang dangal! Siya ang nawalan, at ako naka Stand pa rin para sa career ko!" "Harapin mo na iyang problemang yan at nang matapos na" "Mag re-report ako bukas sa Management, mahabang Meeting na naman ito" kabi- kabila ang mga tawag, Emails, Appointments at mga lakad ni Chelsea. Kung kailangan niyang paghati-hatiin nang ilang ulit ang kanyang katawan ay gagawin niya. May mga Clients rin siya para sa mga alaga niyang mga Talent Artist. Mga Product Company na nangangailangan nang mga Model at Endorsers. Nakikipag-Bidding sila at

Transaction. at bilang Talent Manager, siya ang nakikipag-Negotiate, sa mga Contract Signing, sa mga Talent Fees, Services, sa mga Make-up Artist at kung anu ano pa. "Ok, Approved na ang para sa commercial ni Tricia Celeste, Ang very First at New Commercial niyang Bayabas Skin Whitening Soap. Mag se-set na nang Schedule of Shooting by Next Week na. So, hiyang naman ang Bayabas Soap kay Tricia, after his Trial used. And i think, hindi nagkamali ang Manufacturer nang Bayabas Soap sa pagpili sa ating Talent Artist at sa aking pangangalaga. kapag na Live on Air na natin ang Commercial, mas lalo pa natin palalakasin ang Advertising at Promotion nito. I Suggest na sa mga Billboard sa daan ay magkakaroon din itong si Tricia. Lalo sa pag-Advertised sa Internet. Dagdagan pa nang 30 second Air Time Commercial sa T.V, Matutuwa ang Bayabas Soap Company sa atin at maybe in the next future, Mas tatangkilik pa sila sa atin at gagaya na rin ang iba pang Advertising Company. At sa ating Network na rin sila lalong magpapa-Advertised on Air" Palakpakan ang lahat ng members nang Production at Management Team sa kanyang Speech sa kanilang Meeting. "Sang-ayon kami sa iyong Suggestion at sa iyong Dedication sa trabaho Chelsea! Alalahanin mo, iyang mga alaga mo, ay parang mga Anak, Asawa, Kapareha and Whatever, So please. ikaw at ikaw lang ang nakakaalam sa kanila. Pag-aralan mong mabuti ang kanilang mga Behavior, Treat them well. Turuan mo pa silang lalo at more Motivation pa. Ikaw ang nag ha-handle at Supervised sa kanila. Kailangan mong ipaintindi sa kanila na ikaw, at ikaw Chelsea ang Talent Manager nila, Na dapat sumunod sa lahat nang iyong kagustuhan na nakakabuti sa kanila. Raise them up! Encourage them, love them, Speak inspirational quotes to them. Please them, Beg them. Kumikita sila sa kanilang pag-papagod, at kumikita din tayo sa kanila, Ang Network na ito. Advice and Teach them all. Ang pagiging Artist ay kailangan Patience, Hard working and Dedication to Work. This is a Profession, It's a job Chelsea" "Alam ko naman po lahat yan Sir, kaya lang?" "Kaya lang ano? matitigas ang ulo? Ayaw sumunod sa iyo? So, it's means to say you cannot Lead and Handle a Talent Artist! You cannot Command or Supervised them, they dis-obeyed you. Look, what happen to Jake Almazen? It's not our fault, It's not the Management or the Network but you! Because you are Responsible to him!" "I understand Sir, Sorry" "Hindi pwede dito ang iyong sorry Chelsea, this is a Profession. We need Excellence and Integrity. Marami tayong mga ka-kompetensya sa Industriyang ito" Sabad nang isang Babaeng Member nang Management Team. "Opo, I understand Ma'am" makaraan pa nang ilang sandali ay natapos rin ang meeting. Naiwan sa Meeting Room sina Chelsea at ang Artist handler na si Jocelyn. "Ma'am, heto na po ang mga File at Documents na kailangan ninyong pirmahan, Review ninyo nalang po. Yung mga Schedule nang mga alaga natin, mga Guesting nila sa mga T.V Show, Noon Time Show, mga Mall Event nila. Mga Preparations at mga Itenary sa mga Vans na maghahatid at magsusundo sa kanila"

"Make sure Jocelyn, lahat be on Time.Walang ma le-late sa mga Show. Wag masyado magpaka-kampante, Monitoring and Checking if nasusunod nila ang Schedule Show nila and dapat alway's be on Time. Ayoko ko nang magka-problema at magka-issue na naman sa kanila. Nakita mo naman siguro ngayon sa Meeting, sinabon na ako nang Management, binanlawan pa ako. At ayoko ng pag-usapan pa ang papa-laos na Celebrity Artist na si Jake Almazen. He is no longer part of our Management Team!"

"Ok po Ma'am, yung mga Make-up Artist at Hair Stylist ni Jake Almazen saan po sila niyan for a Meantime? "Tumulong muna sila para sa Commercial ni Tricia Celeste. Magpapa-hanap ako sa mga Talent Agent nang mas may Potential at Talented kaysa kay Jake. Kapag pinalad pa itong si Jake, baka sa ibang Network na siya mapadpad"

"At kung hindi naman, well kagustuhan naman niya ang nangyari ngayon sa kanya!" Mahirap talaga ang kanilang trabaho bilang Talent Manager at Handler. Sa araw araw, walang humpay ang pagtawag at pagsagot sa telepono, pagsagot sa mga Email, Maging ang Handler na si Jocelyn, Schedule Coordinator sa mga Guesting at Event at mga pangangailangan nang kanilang mga alagang Talent Artist. Mga gamit, Props, Damit, mga Rides at marami pang iba. Twenty hours, Seven days a week ang kanilang Daily Work Routine. Kahit matigas man minsan ang ulo nang mga alaga nila ay Carry lang. Mahalin at tratuhin sila nang tama. Pagka-uwi nang bahay ni Chelsea ay tila hapo at pagod ito. Kasama niyang nakatira dito ay ang kaibigan niyang si Rose, na isang Graphic artist. "Hi?" "Hello Rose, pagod ako huwag akong guguluhin" Natawa itong si Rose sa sinabi ni Chelsea. "Alam ko, kailan ka pa hindi napagod dyan sa trabaho mo. tignan mo nga yang hitsura mo ang Dry na pati ang Skin mo. Stress ka lagi at pagod, nakaka-tanda iyang Career mo na yan. At hindi ka na rin masyadong nakakatulog sa gabi. Naku dear, wag mo pabayaan ang sarili mo.

baka mamaya eh, bumigay na iyang katawang lupa mo. Bagsak ka dyan!" "Nanuod ka ba nang T.V? anong balita?" "Well ayun, si Jake Almazen, Interview by the Media and?" "Ang mga alaga ko?" "Ah yeah, may guesting sa isang show nang T.V Network kanina at yung Live Mall Event. Hindi mo ba sila pinanuod o sinuportahan man lang sa mga Show nila?" "Pinanuod ko sila sa T.V syempre, sa Broadway Station, tinatanong lang naman kita"

"Ganun ba? Ok. Magaling sila, iba ka talagang mag-alaga. Ikaw ang Behind sa kanilang mga kasikatan" "Naman, Ofcourse ako pa. maglabas ka nang beer dyan, magluluto ako nang pulutan natin"

"Ok sige sabi mo eh" "Pampa-relax lang. This time lalo akong maghihigpit. Smooth lang, pero malupit!" "Sa mga alaga mo?"

"Oo eh, kanino pa nga ba?" "Sabagay, masyado ka kasing naging mabait at nagkunsinti sa kanila kaya naman ayan, inabuso ang kabaitan mo"

"Yun na nga Rose eh, the more law the less Justice. kung hihigpitan mo naman, nagagalit, nag rerebelde. Sinasakal mo raw, brutal ang pag Handle nang tao. pine-personalan raw. Hay naku!"

"So paano mo nabibigyan nang Solution ang mga mga bagay na yan? Halimbawa eh, duon sa Situation ni Jake Almazen?" "Eh, nagsusumbong na lang ako at nag re-report sa mga mas nakakataas. sa Network. Para pagsabihan siya at bigyan nang Warning. At kung talagang pasaway pa at matigas ang ulo, No Booking muna. No Project. No Work muna, Standby. Cancel all Transaction na dapat ay pag tatrabahuhin niya. Walang Guesting Sorry muna"

"Grabe ka naman palang mag parusa Miss. Talent Manager ha. Hindi mo talaga bibigyan nang work?" "Heto pa nga ang malupit, minsan nag rereklamo sila, napapagod na daw sila sa Nonstop na kabi-kabila ang mga Guesting, at Offer sa kanilang mga Variety Show. May Commercial pa at Advertising. Kapag sunud-sunod

ang biyaya saka sila nag Co-complained. Parang gusto pa nilang sabihin sa akin na pina pagod ko sila na parang mga Kalabaw na maghapon nag-aararo sa Kabukiran" Natawa na lang itong si Rose. Lumilipas ang mga araw na halos hindi na namamalayan ni Chelsea ang Oras at Panahon. Habang nasa Back Stage siya sa Broadway at nanunuod nang Rehearsal Show sa kanyang mga Alaga ay, "Ma'am Chelsea, may nag hahanap po sa inyo sa Office?" "Huh? sino?" "Renz raw po ang pangalan niya" "Ok sige thankyou

Jocelyn, maiwan na muna kita diyan. Kausapin ko lang si Renz" "Ok sige Ma'am" At agad na nagtungo itong si Chelsea sa Office. "Ma'am! Im here, dito!" "O' akala kong nasa Office ka? Anong ginagawa mo dito sa Dressing Room ng mga Boys?"

"Well, actually ma'am dito na ang magiging bihisan ng ating bagong Talent Artist. At yes Ma'am, Finally may nakuha na ako! So, kailangan muna natin siyang ipa Make Over, Acting and Dance Workshop and Everything!" "Oh, well. lalake pala ang kinuha mong Artist. ang sabi ko sa iyo hindi ba eh, babaeng Artist!" "Naku naman ma'am, halos babae na nga mga Baby's mo eh. dapat may Matiny Idol ka rin. Tall and Handsome!" "Ok sige, nasaan ang Record Files niya, Whole Body Pictures, Closed-Up Photos!"

"Here ma'am, and I am sure One Hundred and One Dalmatians hindi tayo mabibigo dyan. Sisikat yan at siya ang magdadala sa atin sa Langit nang Bonggang Bongga!" Minamasdan pa ni Chelsea ang mga Photos nang kanilang Candidate na Artist. "So, what can you say Ma'am?"

"Tinatanong mo pa talaga ako if what can I say?" "Huh? ba, bakit ma'am, is there's anything wrong?" At inihampas ni Chelsea ang mga Photos at Papers sa dibdib ng kanyang kausap.

"Yan na ba ang ipinagmamalaki mo ha Renz? ang tagal mo nang Talent Agent! Do you think Pogi na ba sa iyo yan? Hipon lang yan. maputi lang yan. Wala tayong ma e-expect dyan! Sorry, at hindi naman ako nag mamadali. We need the Right Talented, Artistic at talagang Celebrities ang dating! Hindi yung nakilala mo lang dyan kung saan lang! Jobless pa yata hanggang ngayon yan, mayabang kasi at ma-Feeling! Buti nga sa kanya! Akala mo kung sino siyang Gwapo at napapa-amo niya ang mga babae nuon sa Campus! Naiinis pa rin ako sa kanya until now!" Nagulat at na Curious itong si Renz sa sinasabi ni Chelsea. "Huh? teka, teka nga Ma'am. Don't tell me, kakilala mo itong Guy na ito? -Aldrin Barcelona, Ang kilabot nuon ng kanilang University School. Natigilan nang bahagya itong si Chelsea at pagkaraan ay, "Oo Renz, ka Schoolmate ko siya dati. Nursing ang Course niya. isa ako dati sa libong Die Hard Fans niya nuon. Ang daming nagkaka-gusto sa kanya, at isa na ako! Ang dami niyang naging Girlfriend. Dumating yung Time na nag Cross ang aming Lines sa Campus. Hindi man lang niya ako pinansin! Binati ko siya, ang sakit nang naramdaman ko nuon. Hanggang sa unti unti ko na siyang kinalimutan at pagka Graduate ko wala na akong balita sa kanya!"

"Tignan mo nga naman ma'am, mapag biro talaga ang tadhana. Kaya nga eh ang buhay daw ay parang gulong, minsan sa itaas ka at minsan ay nasa ibaba ka. Kung dati, dinededma lang niya ang iyong Beauty, aba ngayon eh salamat Ma'am Chelsea! Ang sasambitin niya sa iyo. Kapalaran nga naman Ma'am, now it's your turn! For sure makikilala ka pa niya at ma-realize din niya ang pag-Snob niya sa iyo nuon. you are now the Boss! You are above him!"

"Balat lang maganda sa kanya, wala naman alam yun at walang Talent puro pa Gwapo at Porma! Nuong sumali pa nga nang Mister. and Miss.Campus nuong Foundation day nang University School eh, Audience Impact lang siya malakas! Sa Question and Answer,

Nganga! Sumayaw pa't matigas naman ang katawan, parang Robot!" Natawa itong si Renz kay Chelsea. "O' Bakit ka natatawa? pinagtatawanan mo ba ako ha?"

"No, sorry Ma'am pero baka this time, mas maging malapit ka na sa kanya I mean, you are now his Boss!" "And then what? Ako pa tutulong sa kanya para sumikat siya? Ako pa talaga ang magiging Way para sa kanyang Successful Career? If gusto talaga niyang sumikat eh di sa ibang Network na lang siya!" "Ma'am, parang nakatulong ka na rin sa tao. ang liit nang mundo right? Let's say pinagtagpo kayo nang kapalaran para itama o ayusin ang nakalipas. Walang mangyayari kapag ikaw ay nag Revenge!" "Hindi naman ako gumaganti Renz, at paano mo nga pala siya nakilala? Nilandi ka? Nahumaling ka rin? lumapit ka rin sa kanya ganun?"

"Actually Ma'am, siya at siya ang lumapit at nag Please sa akin na makapasok dito sa Showbiz World"

"Ah talaga? At kaya naman ikaw eh, humarot naman!" "Ofcourse Intercourse Ma'am, Im Flattered!"

"Ang harot mo talaga!"

"Paano na niyan Ma'am, Hired na ba natin siya?"

"Pag-iisipan ko!" "Naku kilala kita Ma'am, minsan ka lang mag Decide at magsalita That's all na iyon! eh bakit ba ngayon biglang pag-iisipan pa?" "Review muna natin, sasalang pa siya sa Workshop at Screening. Hindi lang ka Gwapuhan at Kagandahan hanap natin dito. yung may Talent talaga!" "Ok fine Ma'am! For sure magiging isa sa mga Baby's mo na siya!" "I don't think so!"

"Yes! for sure yan Ma'am!"

"Tapos na ang ating usapan, salamat Renz!"

"You're most welcome Ma'am!"

At lumabas na ang dalawa sa Dressing Room. Hindi alam ni Chelsea kung matatawa ba siya o maiinis sapagkat ang lalaking Crush niya nuon ay posibleng makakasama na niya sa trabaho. Past is Past sabi nga nila. At sa tagal na rin ng mga panahong lumipas ay wala nang nararamdaman pa itong si Chelsea para sa Lalaking hinangahan at ginusto niya nuon. Trabaho lang naman at walang Personalan. At sa sobrang Busy man nitong si Chelsea sa buong araw na pagta trabaho eh, hindi pa rin niya naka kalimutan ang magbasa nang mga Books, magsulat nang mga Scripts, mga Poetry, at kung ano pa. Wala na rin siyang time ngayon para sa kanyang Love Life. Dagdag sakit lang daw ng ulo at oras. Kapag napapadaan siya sa may Simbahan ay mag pa-park muna ito nang sasakyan para mag Visit at mag Pasalamat kay Lord sa mga Blessings na kanyang natatanggap. Sa totoo lang, gusto na niyang bitawan ang kaniyang trabaho ngayon at humanap na lang ng ibang mapapasukan. Kung malaki na rin ang kanyang ipon ay pwede naman siyang magtayo nang kanyang sariling Talent Agency. at nakiki-kumisyon na lamang ito sa kanyang mga Artist. mag-Employs na lamang nang mga Staff niya at Sit and Relax na lang While waiting Money. In reality, mga Celebrities lang talaga ang yumayaman! Sa Patience at Hardwork, at sa pag-invest nang pera. Minsan na din naisip ni Chelsea na ano nga ba talaga ang mas nagpapaligaya sa Tao? Yung matatawag bang tunay na kaligayahan. Sa kasikatan ba? Sa Yaman, sa dami nang Pera o Ari-arian. sa Edukasyon, sa Pamilya, kaibigan. sa piling nang Minamahal o basta na lang nakakakain nang tatlong beses sa isang araw at makaraos lang at kuntento na. Ang lahat nang mga halimbawang nabanggit ay sadyang mahalaga sa Buhay nang Tao ngunit ang Pera at Yaman ay mga bagay na materyal lamang. Ang kasikatan ay nalalaos rin. Ang kagandahan ay kumukupas rin. Ang pagmamahal nang Pamilya at Kaibigan ay isang Biyaya na hindi nawawala at hindi matutumbasan ng kahit ano pa man.

Chapter 2

Para kay Chelsea, ang kasiyahan ay nagmumula mismo sa kanyang sarili. Kung saan siya masaya. at hindi na mahalaga ang sasabihin pa sa kanya ng iba. Masaya siya kapag nag ta-Travel siya, namamasyal, kumukuha nang Picture nang mga magagandang Tanawin, at kapag siya ay nag-iisa at tumutugtog nang kanyang Gitara, kapag nagtitimpla at umiinom nang kape, kapag siya ay nag be-Bake nang mga Breads, nagluluto, gumagawa nang mga Salads, mga preservatives. At lalo kapag umuulan, gustong gusto niyang panuorin ang pagbuhos nang malakas na ulan sa bintana. Hanggang sa hihiga na lamang ito at makatulog sa lamig na rin nang panahon. "Ma'am, narito na po siya si Aldrin Barcelona!"

"Ok sige, papasukin mo!" Tila biglang kinabahan itong si Chelsea at napalunok nang kaunti. Pagpasok ni Aldrin sa loob ay, "Yes, maupo ka dyan sa Sofa" Marahan na wika ni Chelsea. Tila malagkit ang kanilang pagtitinginan at natulala itong si Aldrin sa kanya. "Ma'am, excuse me po. You look Familiar po sa akin?"

"Oh, talaga? As in Im look familiar lang sa iyo Mister Aldrin Barcelona?" Natigilan at napanganga na lamang itong si Aldrin at sa sandali ay natatawa na lamang ito.

"Yes? bakit ka natatawa? may nakakatawa ba?"

"So, sorry Ma'am. I remember you na. oh, musta na Schoolmate! wow! Talent Manager ka na pala ngayon ha? Allright!"

"Excuse me, Mister Aldrin! Bakit ganyan ka makipag-usap sa akin now? Close na ba tayo? And before? Nandito tayo para magtrabaho. A Professional Work, Im your Manager, you are my Artist, my Creations and So you remember me na ngayon and that's good! I just want to remind you na nag-uumpisa ka pa lamang and Train your Self to give respect to your Superior and that's me! Anyway, gusto kong malaman ang lahat lahat sa iyo. Everything, your life, Love Life, Cellphone numbers, Facebook Account, Instagram and all and all. Mahaba haba ang pag-uusapan natin. Getting to know each other tayo. And all your secretly in Life isuko mo lahat sa akin. because I am your Manager. Dapat lahat alam ko ang tungkol sa iyo. let's begin!" napa tunganga na lamang itong si Aldrin at wala na siyang ibang magawa kung hindi sumunod sa magiging Manager niya. Kay haba haba nang kanilang usapan. Dalawang beses nagpa-served nang Snacks at Cold drinks itong si Chelsea para sa kanila. May Coffee rin at Hot Chocolates, Ten minutes Breaktime para mag Comfort Room then tuloy tuloy lang ang kanilang usapan. "And yun na nga Ma'am. that's all" "Ok, ganun pala"

"Kailangan ba talaga Ma'am, almost everything about me?"

"Yes, kailangan mas makilala pa kitang lalo. Para alam ko ang mga Strength at Weaknesses mo. Ang Relations natin bilang Manager at Artist ay higit pa sa mag-Boyfriend at Girlfriend. Dapat mag-Couple. mag-Asawa ang turingan natin sa isa't isa! Alam ko dapat ang lahat nang galaw at nangyayari sa iyo. Kung saan ka pupunta, anong ginagawa mo, sinong kausap mo. Lagi kang nag re-report sa akin. Every hour and every minutes dahil hindi naman tayo nag-sasama sa iisang bubong. Pupunta ka sa Mall, itawag mo sa akin. Anong oras, anong binili anong oras nang pag-uwi! Nasa akin rin ang lahat nang desisyon kung papayagan kita or hindi! Ginagawa namin ito to Protect you, to Keep you Safe and Take care of you! Artista ka nang maituturing. Pasisikatin ka namin at yayaman ka pa! Wag ka lang pasaway, limitado na ang iyong mga galaw once na ika'y inilabas na at nag Perform Live on Air. Sa Television Network, Newspapers, sa mga Tabloids, Magazines at Internet! Nagkakaintindihan ba tayo mister Aldrin Barcelona?" Shock at nganga itong Rising Star nila halos ikulong na siya sa bartolina sa mga Policies ni Chelsea.

"Ye, yes Ma'am!"

"Good! Signing Contract tayo ngayon at pati Memorandum of Understanding and Agreement together with the Network Management!" And finally, unti unti naman nagiging Successful ang takbo nang career ni Aldrin. Lalong dumami ang kanyang

Guesting, mga Tour, Mall Events, Variety Show, mga Interview na lalong namayagpag ang kanilang Home Network dahil sa kanyang pagsinag nang kasikatan. "Jocelyn, anong mga naka Line-up ni Aldrin niyan next?"

"After nilang sumayaw ngayon Ma'am, diretso na siya sa isang Mall Show. Start of 5pm ngayon!"

"Make sure he is on time always! Be consistent para hindi tayo masira at mapahiya!"

"Yes Ma'am, Estimated ko na po ang time niya!" "And, kuha ka nang Scratch paper isulat mo baka kasi makalimutan niya, dapat Greet niya ako at pasalamatan ok?"

"Ok Ma'am, sige po Copy!" After nga nang Dance Show sa Broadway ni Aldrin ay dumiretso na sila agad sa isang Mall Event dahil sobrang Traffic at Rush hour na rin. Dinagsa siya nang maraming Tao. mga Fans na nag-Scream sa kanyang Pangalan. Pagkatapos nang kanyang Rehearsal ay nagpasalamat ito sa mga Fans at, "Ofcourse, Thankyou din po sa aking butihing Manager na si Chelsea Martinez! napaka ganda po niya, and mahal ko po yan. At sa aming Handler, si Miss Jocelyn, thankyou for guiding us! Salamat po sa inyong lahat! Mabuhay kayo!" Natutuwa naman itong Handler nilang si Jocelyn na naroon din sa Mall Show bilang Coordinator. Samantala, pinapanuod naman ni Chelsea sa T.V ang Live Show Mall Event ni Aldrin na tila natatawa na lamang ito. "Hay, ok thankyou na rin. sige, sipagan mo lang at ma-Surpass mo na ang ibang Male

Artist.Pwede ka nang isalang niyan sa Acting. Sa mga Drama at Telenovela" gaya nga nang inaasahan, hindi nga nagkamali sina Chelsea sa pagpili at pagtanggap kay Aldrin. Naging Blessings pa nga sa kanila ito. labis pang natutuwa ang Network kay Chelsea at maging sa kanyang team. "I didn't expect this! We are so very lucky to have Aldrin Barcelona who replaced our former Male Star Jake Almazen. It's a Grateful and a Wonderful achievement to us!" Wika ni Chelsea sa Meeting nila with the Network Management. "Good job Chelsea!" At palakpakan ang lahat. Lalong gumanda ngayon ang Image at Performance nang Team nina Chelsea. kung kaya't naging maayos at maganda ang takbo nang kanilang pamamalakad sa kanilang mga Artist. May Time naman para makapagbreak naman sila sa trabaho kapag walang Show, Booking, Shooting o Taping ang kanilang mga alaga. Hinihikayat nila ang mga itong magbakasyon muna, magWorkout at mag-enjoy na muna. "Relax ka ngayon Chelsea ha, waiting for someone's Booking and Inquiry ba?" Pangungutyang tanong ni Rose kay Chelsea habang nasa sala sila at nag mimiryenda. "Oo nga eh, kailangan din na kumita ang mga Baby's ko"

"So standby lang sila or in a Vacation Trip?"

"Yung iba. pero dito lang sila sa malapit" Nag Check nang Journal si Chelsea sa mga List of activity nang kanyang mga Baby's maging sa Email, Text Messages, mga Calls at, "Teka? hindi Updated sa akin si Aldrin!" At agad na tinawagan niya ito.

"Hello Aldrin? Nasaan ka?" "Yes, Ma'am? I can't hear you?"

"Ang ingay dyan ha, ang lakas nang Sounds ninyo" "Wait Ma'am, hanap akong place na tahimik!" "Hello, Aldrin? Aldrin?" Hindi na sila nagkakarinigan. nagpa-party kasi ang buong tropa ni Aldrin sa isang Bahay.

"Yes Ma'am? May Booking? May Show ako or What?"

"Nasaan ka ba? nagkakasayahan yata kayo diyan?"

"Ah yeah Ma'am, a little Party"

Chapter 3

Matagal bago sumagot itong si Chelsea at pagkatapos ay, "Nag-iinuman ba kayo Aldrin?" "Sa sandaling hindi umiimik itong si Aldrin at sabay inom nang beer" "Aldrin? tinatanong kita!" "Opo Ma'am, Party nga. naka Vacation Break naman ako di ba? ngayon lang ako nakapagpahinga. After nang pagod, puyat, bawal pang magkasakit, kaya I Spend Time naman to my Family and Friends!" "No problem naman sa akin yan Aldrin, ang inaalala ko lang kasi?" "kaya ko ang sarili ko Ma'am, kaya kong mag-ayos at mag alaga nang Appearance ko. marunong akong magdala!"

"Ok sige Fine! pero sana naman, You Always's Updated me All the time. para kapag may Booking kayo at meron tayong mga Clients, atleast alam ko kung saan kayo, anong ginagawa ninyo at Prepare ako sa isasagot ko!"

"Eh, di sabihin ninyo Ma'am Im enjoying with my Relatives and Friends. Its simple!"

"Madali naman lusutan ang mga yan, pero dapat nakikipag Coordinate din kayo sa akin. Like nang mga kapatid mong mga Baby's ko!"

"Ok, ok po. Excuse me Ma'am. may I go out?" "Huh? ano Aldrin?" Nagtatakang tanong ni Chelsea kay Aldrin.

"Im going to the Toilet now, Ma'am. Mag dedeposito lang ako!" Nangingiwing wika ni Aldrin "Aldrin! hindi ako nakikipaglokohan sa iyo, umayos ka!" At binabaan siya ni Aldrin nang telepono. "Bwisit! ngayon, sikat ka na! lumalaki na ulo mo ha! matigas ka na ngayon ha! tignan ko lang!" nangingilit sa inis na wika ni Chelsea.

"Na Highblood ka na rin yata diyan sa Gwapong Baby's mo?" Natatawang tanong ni Rose.

"Mayabang na rin siya ngayon! Gusto na rin yata niyang matulad kay Jake Almazen!"

"O' ayan ka na naman eh, Gi-Give up mo na naman iyang mga Rising Star mo!"

"Ay, kung kailangan bitawan, bibitawan ko siya! Yung ayaw tumanggap at mag Appreciate nang aking mga Effort para sa kanila, well sorry na lang. Hindi ko sila paghihinayangan. Napakaraming mas higit dyan at gustong sumikat!" Sa sandaling biglang nag Ring ang Cellphone ni Chelsea na agad naman niya itong sinagot.

"Hello?"

"Hello ma'am?"

"O' bakit?"

"Success Ma'am!" Natigilan itong si Chelsea at namula ang kanyang mukha.

"Ah ok, ganun ba, Baby's ko. Wait mo ako dyan ha, ako na ang maghuhugas sa iyo!" Biglang naibuga ni Rose ang iniinom niyang tubig dahil na bigla ito sa sinabi ni Chelsea.

"What? anong ikaw na ang maghuhugas?"

"Nasa Toilet siya ngayon, Success daw ang Meeting. eh di ako na maghugas nang kanyang?" Biglang binato ni Rose ang unan kay Chelsea.

"Stop it! Kumakain ako Chelsea ano ka ba!" Si Aldrin naman ay todo halakhak sa loob nang banyo na naririnig niya ang usapan nang dalawa.

"Baby's wag kang masyadong maglalasing diyan ha, wag rin magpupuyat. Sige Enjoy the Night lang. Bye!" At binaba na ni Chelsea ang Phone. "Tila nagtitimpi at nagpapasensya ka na ngayon ha?" "Ganyan naman talaga Rose! Sige malaya na silang gawin ang gusto nila. kapag nagka-Projects bahala na silang mag-Adjust para sa kanilang mga sarili. Atleast hindi ako nagkulang nang mga Advice sa kanila"

"At ikaw din ang pag bubuntungan nang sisi nang Management!"

"Well, kaya kong ipagtanggol ang sarili ko. kapag ayaw nang makinig, Set them Free!" "What is your plan now?"

"My Plan is to Escape this Problem. magbakasyon muna tayo!"

"Sige, sama ka sa akin sa Probinsya. duon Fresh ang Air at Good Atmosphere!"

"That's good! iwas muna tayo dito sa Toxic Environment"

"Paano ang work mo?" "Im on Leave nga, Call nalang sila sa akin or Email. si Jocelyn na muna ang mag-Assist. Hay, maloloka na talaga ako!"

"Ok sige, mag-impake na tayo. bukas nang umaga at luluwas na tayo papuntang Probinsya"

"Thankyou Rose my Friend"

"Thankyou ka dyan! Wala nang libre ngayon!" natawa itong si Chelsea. "Oo na, lahat sagot ko na, pati yung pang-Gasoline natin!" And then, kinabukasan nga ay umuwi muna nang Probinsya ang dalawang magkaibigan na gamit ang Sasakyan ni Chelsea. Nakarating na sila duon nang magtatanghali na. Sinalubong sila nang mga kapamilya ni Rose. Habang pinaghahanda pa lamang sila nang Tanghalian ay nasa likod naman nang bahay itong si Chelsea at tinatanaw ang malawak na kabukiran. "Nagustuhan mo ba dito Chelsea?" "Oo naman, mahangin dito at presko!" "Puro halaman kasi at pananim dito. lalo na ang mga kawayan sa tabi!" "May lawa duon, punta tayo mamaya duon ha?" "Oo naman, ililibot kita dito!" Sa sandaling nag-Ring ang Cellphone ni Chelsea. "Hello?" "Hello Ma'am? Nasaan ka?" "Bakit? im on Leave" "I need your help?" "Tulong, saan?" "Sa work ba yan Chelsea?" "Yes Rose, si Aldrin" "Hello Ma'am, may mga Press sa labas nang bahay namin. hindi ako makalabas!" "And so? What's the Issue? Harapin mo yan! Sikat ka na eh. Artista ka na!" "You are my Manager, right?" "At buti nasasabi mo na ngayon sa akin yan?" "Ikaw ang magtatanggol sa amin, ikaw ang tumatayo sa amin So please Ma'am, nalalagay ako sa alanganin!" "I know, and Im on Leave nga. Ano ba ang nangyari ha, tell me?" "Chelsea, sumunod ka na lang sa loob ha, at luto na ang pananghalian natin!" "Ok Rose sige, susunod na lang ako!" "Hello Ma'am, binibigyan ako nang Issue about kay Jake Almazen na kasi daw pinagsawahan nyo daw siya at ako ang humalili at ginamit ko daw kayo para sumikat! At may Picture ako kasama si Renz sa isang Bar" "Bar? kailan pa yan?" "Nung nire-refer pa lang ako ni Renz na mag-artista. Sa Bar kami nagkakilala nuon!"

"And lumilitaw na recently lang ang Photos na yun? sino ba yang nag-Captured sa inyo nang Photos?"

"Precisely, and maybe mga Stalker or Paparazzi?"

"Hindi na ako bago dyan sa mga tsismis issue na yan! Basta Be kind pa rin sa mga Press, Smile at ipaliwanag mo nang maayos. Deny mo lang. Tawa ka lang and Last mong sasabihin eh, Talk to my Manager! She knows all period!" tila nakakahinga na nang maluwag itong si Aldrin sa mga advice nang kanyang Manager. "At para ibaling sa iyo ang mga Allegations at mga tanong nila Ma'am?" "Oo ganun na nga! Kami na ang bahala sa inyong mga baby's basta mag-iingat kayo lalo ka na. Ayusin mong maki-harap sa mga tao. pagbalik ko haharapin ko lahat iyan!" "Salamat Ma'am!" "Trabaho ko yan Aldrin, gawin mo lang trabaho mo!" At ibinaba na ni Chelsea ang Telepono at nag ungo na sa loob nang bahay para makisalo at mananghalian. Matapos ay, buong tapang nang humarap si Aldrin sa mga Press sa labas nang bahay. Sa pagharap nito sa mga Press, walang tigil ang pagkuha sa kanya nang larawan at hindi tinantanan nang mga Press para siya ay ma-Interview. Nakarami na ring mga tanong sa kanya hanggang sa, "Hindi ko na po lahat masasagot ang mga tanong ninyo. Ang Manager ko na lang ang inyong tanungin! thankyou!" Samantala, habang kumakain ang dalawa. "Ano nga pala ang nangyari kay Aldrin?" "Ayun, binibigyan na naman siya nang Issue. kino-Compare pa siya kay Jake" "Jake Almazen na naman?" Pa-biglang tanong ni Rose. "Sarap nang Manggang hinog ha, matamis tamis. isa pa nga!" "Ano bang balita mo kay Jake?" "Hindi ko alam Rose, bahala na sila sa buhay nila. Pati ba naman sa payapang Vacation ko eh, guguluhin pa nila ako. ay naku" "Mabuti na nga lang eh, nakaluwas na tayo agad. kung hindi eh, gugulihin ka duon ng mga Press" "Ay oo nga, pero di bale nasanay na rin ako. Lalo nuong kay Jake pa halos laman kaming dalawa sa mga Entertainment News"

"Matanong nga kita Chelsea, yung Feelings mo ba nuon kay Aldrin eh, wala na ba talaga ngayon?"

"Past is Past! Tapos na yun. Hindi naman naging kami, wala kaming naging Connection nuon ngayon lang!" Sabay hiwa sa hinog na Mangga.

"What if ma-inlove siya ngayon sa iyo?"

"Ma-inlove? Sa Manager niya? Subukan niya!" Sabay subo nang Mangga. "Oh, sikat na si Aldrin my Friend!" "Just because of me. Our Team and the

Network! Bawal ang mag karoon nang relasyon sa mga alaga mo. It's a big Scandalous!"

"Sa nature of Work ninyo ay oo Chelsea, but in Real Life pwede naman!" Natatawang tugon ni Rose.

"As if naman kung papatulan ko siya!" Sabay taas nang kilay at sagot ni Chelsea. "Why? you don't like him?"

"No!"

"Well, sabi mo eh"

"Para sa iyo Gwapo na ba siya? May mga hina hanap din akong mga katangian ng isang lalaki at wala yun kay Aldrin!" "Pihikan ka talaga Chelsea!"

"Not really Rose! trabaho lang talaga. at walang personalan!"

"Sige sa akin na lamang siya!"

"Why not! Ipakikilala kita sa kanya!" Natawa si Rose sa sinabi sa kanya ni Chelsea. "Yun ay kung magustuhan niya ako!" "At bakit naman hindi Rose? look, you so Beautiful, Sexy, Matalino. May mga Properties, may Bahay ka na, at ano pa bang hahanapin niya sa iyo ha?" Masayang wika ni Chelsea. "Ganun, binobola mo pa talaga ako ha eh, Artista kaya yun. baka kapag kasama ko siya eh, mapaghinalahan pa akong Personal Assistant niya!" Sabay tawa nang dalawa.

"Grabe ka naman sa sarili mo Rose! hindi naman sa ganun!"

"O' siya tama na. sumakit na tiyan ko sa kakatawa. Mag hugas tayo nang pinggan ha?" At muling nagtawanan ang dalawa. pagdating nang Hapon ay nasa gitna sila nang Kabukiran at naglalakad sa may mga Pilapil nang pinuntahan sila nang Pamangkin ni Rose para ibalitang may naghahanap daw sa kanilang Gwapong Lalaki at ayaw ipagsabi kung sino siya. "Naku, Chelsea? pareho ba tayong iniisip ngayon?" at nagtinginan ang dalawang Dalaga. "May Artistang dumating yata Rose?" Nanlalaki ang mga mata ni Chelsea. "Wala man lang bang nagpasabi sa iyo?"

"Wala man Rose!"

"Paano niya nalaman na nandito tayo?"

"Sino?" tanong ni Chelsea at sabay silang sumigaw at nagsabing, "Si Aldrin Barcelona!" At dali-dali silang tumatakbo pauwi sa Bahay nina Rose. "Wait lang Rose, madulas ang mga Pilapil" "Ingat ka, baka mahulog ka sa mga Binhing Palay" Biglang may nakitang malaking Palaka si Chelsea at tumalon ito papunta sa kanya. "Ay! Rose! Oh my God! Oh my God!" Nabigla at napalingon itong si Rose. "Chelsea! anong nangyari?" Humakbang pa talikod itong si Chelsea na sakto naman niyang naapakan ang malaking Palaka sa likod niya.

"Ay! Rose!" Sa gulat at sa sobrang takot ni Chelsea dahil madulas ang malaking Palaka ay nagsisi talon ito at siya ay nadulas at nalaglag sa may taniman nang mga Binhing Palay.

"Chelsea! Chelsea! Oh my God!" Dali-daling binuhat ni Rose si Chelsea mula sa pagkakabagsak nito sa matubig at maputik na lupa. "Diyos ko! ok ka lang ba Chelsea?" halos basang basa na ito at nababalot na nang putikan ang kanyang Damit, Paa, Braso at Buhok nito. Naiyak na lamang itong si Chelsea sa nangyari sa kanya. Lumubog ang kanyang isang pares na Tsinelas sa putikan at kinuha iyon ni Rose. ang isang pares naman ng kanyang Tsinelas ay tumilapon na lang kung saan. Ika-ikang nag lalakad itong si Chelsea na inaalalayan naman siya ni Rose. Habang dahan dahan silang naglalakad sa Pilapil ay dumadaing sa sakit nang mga paa itong si Chelsea. Lihim pang natatawa itong si Rose.

"Ayan, ang Karma mabilis!" bulong ni Rose.

"Anong sabi mo Rose?"

"Wa, wala. ok ka lang ba niyan? ok lang yan. kahit ako nuon na aksidente na rin dito!"

Chapter 4

"Napilayan yata ako Rose!"

"Ano bang nangyari ha? at nag sisigaw ka kanina?"

"May malaking palaka kasi na dumaan sa harap ko at biglang lumundag sa akin. tapos na apakan ko pa kaya yun, napatalon ako sa takot at nadulas!"

"Baka naman yung palakang yun eh, ay ang Prince Charming mo. Dapat na kiss mo siya para mag katawang Tao na" Natatawang biro ni Rose.

"Yuck! may mga bukol bukol pa nga sa katawan yug Palaka at maitim!" Tawang tawa naman itong si Rose sa reaksyon ni Chelsea. "Poison Frog ang mga yan!" "Whatever! bastos na palakang iyon!" At sabay na nagtawanan ang dalawa. at nang malapit na sila sa Bahay ay nakita nilang madaming tao sa bakuran na nagkakagulo. May naka Park na puting Van. "Sinasabi ko na nga ba eh, si Aldrin!" Naiinis na bulong ni Chelsea. "Dito tayo sa may likod dumaan. May Poso duon magbanlaw ka muna at ikukuha kita agad nang Towel at mga Damit" wika naman ni Rose. "Kasalanan niya ito!" Gigil na sabi ni Chelsea.

"Sinisi mo pa talaga ang Tao!" Pigil tawang sambit ni Rose. "Humanda sa akin ang Lalaking yan!" pagdating nila sa may likuran nang Bahay sa may Poso at sa saktong bobombahin palang ni Rose ang Poso para lumabas ang tubig ay, "O' anong nangyari dito? Ma'am, ikaw ba yan ha?" Nakita na sila ni Aldrin at bistado na ang dalawa. biglang nagtinginan ang dalawang Dalaga. Sa hitsura ba naman ni Chelsea eh parang Taong grasa.

"Aldrin? ikaw nga. artista nga!" Natatawang wika ni Rose. "Tubig Rose dali! Nangangati na ako sa putik!" Wika ni Chelsea. Biglang natawa nang malakas itong si Aldrin na ikinabigla naman nang dalawa.

"Ano bang nangyari sa inyo ha? naglaro yata kayo sa Bukid o nahulog ka Ma'am sa pagsakay mo nang Kalabaw?" Biglang napatawa itong si Rose sa sinabi ni Aldrin. Hindi na muna kumibo itong si Chelsea, Habang dali daling nag babanlaw nang katawan mula ulo hanggang paa. "O' Sandali lang Ma'am, Picture muna sana kita!" Pabirong pang iinis pa ni Aldrin. "Sige maiwan ko na muna kayo. sa banyo kana maligo Chelsea. kuha kita nang twalya!" Nangingiting wika ni Rose. Si Aldrin naman ay marahang lumalapit kay Chelsea na nangingiti pa. Bigla na lamang siyang binasa ni Chelsea ng tubig sa mukha. Natigilan itong si Aldrin at napatitig kay Chelsea.

"Anong ginagawa mo dito Aldrin? hindi ba't nag-usap na tayo sa Phone? Im on leave. Naka vacation Leave ako, bakit mo pa ako pinuntahan dito ha?"

"Gusto sana kitang maka-usap in Person Ma'am. Maka-bonding naman. maki-join sa Vacation mo?"

"Are you Crazy? Pati sarili kong lakad nakikisalo ka pa? Kasalanan mo rin itong nangyari sa akin kaya ako na aksidente. Bigla, bigla ka na lang kasing susulpot kaya't nagmadali kaming umuwi!"

"Im, Im Sorry Ma'am, hindi ko naman alam at sinasadya!"

"Pahamak ka naman!" At tila dinarandam ni Chelsea ang sakit at pilay sa kanyang kanang paa at tagiliran. "Dahan dahan Ma'am, tulungan na kita" At hinayaan na lamang ni Chelsea na tulungan siya nang binata. Inaalalayan siyang maglakad patungo sa loob nang bahay sa may Pintuan sa likod. Napansin ni Chelsea sa malayo pa lang ay nakatingin sa kanila itong si Rose na halos nanunukso pa at natatawa sa kanilang dalawa ni Aldrin. Naiinis na lamang itong si Chelsea at wala rin siyang magagawa pa. Naligo na muna ito at nagbihis na habang naghihintay pa sa kanya ang dalawa na nagmimiryenda sa sala. "Mabuti naman at nagsi-alisan na mga tao dito kanina, sabagay mababait mga Tao dito. at siya nga pala, mabuti at natunton mo kami nang Manager mo dito. paano mo nalaman ang kinaroroonan namin?" "Pinilit ko lang ang Handler namin. Nagtanong tanong ako. Syempre, sa bawat baryo na napagtatanungan ko ang mga Tao eh nag kakagulo at nagpapa-Picture at Autograph hanggang sa may nag-Guide sa akin dito!" "Ganun ba! mabuti naman. pero delikado din ang ginawa mo. lalo na at ikaw lang ang mag-isa?" "Yun na nga!" "At buti rin alam mo kaming nasa Backyard kanina?" "May nakakita sa inyo kaya ako na mismo lumapit. oo nga pala, paano na disgrasya si Ma'am?" Nangingiting tanong ni Aldrin. "Nung nalaman nga namin na nandyan ka eh, dali dali kaming nagsisi-takbo. Eh nadulas si Chelsea sa Pilapil, tumilapon sa dumi nang Kalabaw!" "Anong dumi nang kalabaw!" pa biglang tanong ni Chelsea at sabay na humalakhak sa kakatawa sina Rose at Aldrin. "Ay Sorry! nandyan ka na pala Chelsea! pinapatawa ko lang si Aldrin, wala na kasi akong alam na ikukwento eh!" "Ikaw Rose ha, binebenta mo na naman ako kay Aldrin!" "Hindi naman Ma'am, wag ka nang magalit. may masakit pa ba sa iyo Ma'am?" "Meron at marami pa Aldrin!" sabay upo sa tabi ni Rose na ika, ika pa. "Baka napilayan ka Chelsea, patingin na natin yan sa Doctor!" "No need, Rose bugbog lang siguro ito!" sabay sa pag-inom nang malamig na Juice itong si Chelsea. "Oo nga pala Ma'am, ok na yung tungkol sa mga intriga sa akin nang mga Press!"

"Napanuod nga namin ang Live interview mo. Magaling kang sumagot!" "Baka naman masundan tayo nang mga Press dito?" Sabad ni Rose sa dalawa. "Yun na nga eh Rose, lalo na at nakita siya nang mga taga rito" "May dapat pa ba silang intrigahin sa akin?" "May pakpak ang balita Aldrin, totoo man o hindi Issue yan para kumita lamang sila"

"Ok Ma'am, sabagay!" "So talagang pinuntahan mo pa ako dito para maki join sa Vacation namin?" "Minsan lang naman ito Ma'am, iba yung sa Personal at sa trabaho. Hindi ba nga sabi mo eh, we'll getting to know each other?"

"Uy! teka, kanta yan hindi ba?" Natatawang sabad ni Rose. "Yes, but our Relations is limited, Trabaho lang tayo ok!" "Grabe ka naman Chelsea. hindi ba pwedeng makipag close sa iyo, As a Friend, as a Leading Lady niya?" Pabirong wika ni Rose na nag pipigil nang kanyang tawa. "Walang nakakatawa Rose!" At natigilan itong si Rose sabay subo nang miryenda nilang Black Forest Cake. "Masyado ka naman siryoso Ma'am. about pa rin ba ito nung isang gabing nag pa-Party kami at nag-usap tayo sa Phone?" "No!, hindi, wala yun! Normal na sa akin ang sinasagot ako nang mga Baby's ko. And, sige nandito ka na rin lang at hindi ko naman place ito. kay Rose ka magpaalam" "Oo naman sure Aldrin, it's an Honor to Stay Awhile here in our Home. Syempre naman, Artista ka eh, Sikat ka. Sino ba naman ang tatanggi sa iyo. You are Welcome here!" Masayang wika ni Rose at si Chelsea naman ay nangasim ang kanyang mukha. "Salamat Rose ha, and mukhang hindi yata ok kay Ma'am na nandito ako. at nakaka abala na yata ako. Ang mabuti pa eh?"

"No, nandito ka na hindi ba? Please stay us! Pinayagan ka naman ni Rose. nakakahiya naman sa iyo Aldrin, hindi ba Rose?" Sabay tingin kay Rose na nanlaki pa ang mga mata ni Chelsea. "Ah, eh, oo! Your right Chelsea!" Sagot naman ni Rose na napapangiwi na lamang ito. "Ok don't worry about me, at Cowboy naman ako. Marunong makisama!" Wika ni Aldrin at sabay na nag tinginan ang dalawang Dalaga. "Sure, ka Aldrin? Sanay ka sa hirap? Sanay ka dito sa Probinsya? Kumakain ka ba nang Exotic

Food? Frog ganun?" paghamon na wika ni Chelsea. "Huh? Frog! Dina-Dissect lang namin ang mga Frog when im in College!" "And so, we give them justice. After ninyong pag-aralan ang Internal nang Frog ay dapat na kainin mo din!" "Seriously?" Napalunok bigla itong si Aldrin sabay inom pa nang Juice nito. Nagtinginan ang dalawang Dalaga at nagbulungan. "Rose, ipahanap mo nga yung naapakan kong Frog na may sala sa akin Dead or Alive!" Biglang napahagulgol sa tawa itong si Rose ngunit kanya niya itong pinipigilan.

"Ano naman ang gagawin mo ha Chelsea?"

"Panakot lang natin sa Artistang ito. para mapilitan nang umuwi!" "Sira ka talaga! Paano kung kinain niya? eh di Deadbol siya?" At biglang tawa nang malakas ang dalawa.

"Alam mo mas sira ka Rose, As if naman na ipapakain talaga natin sa kanya iyong Poison Frog na yun! Hello?" At muli silang nagtawanan. Si Aldrin naman ay Curious sa pagmamasid sa dalawa. "O'ano na naman iyang pinag-uusapan ninyo? mukhang may binabalak kayo ha. Sige Game! Challenge Accepted" Hamon na wika ni Aldrin. "Sige Deal" Wika ni Rose.

"Ok Deal!" Sagot rin ni Chelsea at nagtawanan sila.

"For a Meantime dito ka muna, kapag may Booking ka or Show balik ka duon. Hindi ka pwedeng mag-Cancel o tumanggi nang grasya Aldrin!"

"Ok na Ma'am, nandyan ka na man!"

"Lintik din sa akin itong si Jocelyn at talagang itinuro pa kami dito!" "Hayaan mo na Ma'am, ako lang talaga ang nagpumilit sa kanya!"

"Oo nga naman Chelsea, nandito na rin lang si Aldrin!"

"O'siya sige, Off the Camera ka ngayon Aldrin, wala kang Immunity dito, bawal ang arte sa katawan kaya magsibak ka nang kahoy sa likod!" Utos nang kanyang Manager. At agad na nagtungo si Aldrin sa labas. "Naku Ma'am, maliit na bagay. kayang kaya yan!"

"Chelsea? Bisita natin siya. kapag nasugat yan Injured na alaga mo!" "Yun na nga eh Rose, Instead na mag-Workout at alagahan niya sarili niya sa Bahay eh kung ano inaatupag!"

"Kahit na!"

"Eh, so anong gagawin natin sa kanya? V.I.P? Ka-Lalaking tao!" Wala nang nagawa itong si Rose kung hindi ang sumunod na lamang sa gusto ni Chelsea. Sinundan nila itong si Aldrin at pinapanuod habang nag sisibak nang kahoy. Wala itong Damit at halos gumuguhit ang Pawis sa kanyang buong Katawan. Macho at may Pandesal o Abs sa kanyang Kalamnan. Walang tigil sa Picture at Video itong si Rose na takam na takam sa ganda nang hubog nang Katawan ni Aldrin. "Chelsea, Oh my! That's my Boy! Yeah!" Si Chelsea rin halos hindi na kumukurap at panay hagod nito sa kanyang pisngi na wari ay gigil na gigil.

"Relax Rose, Temptation Please!"

"Pauuwihin mo pa ba siya Chelsea?"

"Hindi na Rose, mamaya eh, Body Scrub natin siya at parurusahan sa ngalan nang Pag-ibig! Meow!" "Tama Chelsea, may Latigo dyan mula sa buntot nang Pagi. Hagupitin natin siya nang Bonggang Bongga! Awooh!" Parang mga Kulto o mga Satanista ang mga hitsura nang Dalawa. Nagmumukha na silang mga Demonyita sa mga sinasabi nila. nang iniangat ni Aldrin paitaas ang hawak niyang itak ay biglang bumaba nang bahagya ang kanyang pantalon at nakita nang Dalawa ang lumitaw nitong Underwear. "Huli ka!" ang sabi nang dalawa. at walang humpay na pagkuha nang Pictures at Video si Rose. "Detalyado ba Rose?" Bulong ni Chelsea.

"Garantisado!" Sagot naman ni Rose.

"Mamili ka Rose, saan mo gustong tumabi? Sa kanan ni Aldrin, o sa kaliwa ni Aldrin?"

"What? Chelsea? hindi kita maintindihan!" At sabay na nagtawanan ang dalawa. Biglang natigilan itong si Aldrin sa kanyang ginagawa at nakita niyang nasa malapit lang pala niya ang dalawa. Binati niya ang mga ito at nakikitawa na rin sa kanila. "Mamaya na natin Review ang mga Pictures!" Bulong ni Chelsea at nilapitan na nila ang Binata para tulungan sa pagtabi nang mga nasibak niyang mga Kahoy. Kinagabihan ay habang naghahanda nang Hapunan ang dalawa ay nagpu-Push up itong si Aldrin sa loob nang Kwarto.

"Aldrin kain na tayo!" Tawag ni Rose sa kanya.

Chapter 5

Pagdating ni Aldrin sa Kusina ay, "Wow. ano bang ulam natin? mukhang masarap ha!" At nakita nga niya ang kanilang uulamin. Inihaw na Isda, Sawsawan na Kamatis, Talbos, Inihaw na Talong at ang bagong lutong Ginataang Kuhol na may Sitaw at Kalabasa. Nanlaki ang mga mata ni Aldrin. "O'Aldrin, maupo ka na. mahirap manghuli nang Manok na native dito. Mailap at kakatayin pa. Kaya ang ulam mo heto, Ginataang Kuhol!" Wika ni Chelsea. Naupo na itong si Aldrin na patuloy pa rin nakatutok ang kanyang mga mata sa mga nakahapag na kainan. "Kumakain ka ba niyan Aldrin? kuhol?" "Oo naman Rose, kumakain siya! masustansya kaya yan hindi ba Aldrin? Pinukpok ko na lahat sa dulo ang mga yan para higupin mo na lang o sungkitin nang Tinidor ang laman sa loob nang shells nito. at ito'y Reach in Minerals at Iodine!"

"Go, go Aldrin!" Cheers naman nitong si Rose.

"Oo naman, nasa Province tayo eh. at wala sa City!" Pagmamayabang na wika ni Aldrin. Sa sandaling ginanahan naman sa pagsubo at pagkain nang kuhol itong si Aldrin.

"Sarap naman nang pagkakaluto nito. tamang timpla" wika ni Aldrin na sinusungkit nang Tinidor ang laman nang kuhol. "Talaga? Syempre ang Manager mo ang nagluto niyan para sa iyo!"

"Wow, talaga ba Ma'am, Talented ka talaga ha! Thankyou!"

"Welcome, at maliit na bagay lang yan!" "Pwede ka nang mag-asawa niyan Chelsea, hanap mo nga nang mapapangasawa itong Manager mo at nang maputol na ang kanyang kasungitan!" Pangungutyang biro ni Rose na nangingiti pa.

"Tumigil ka nga Rose! Madali lang akong makahanap, at Im enjoying my Life now, My Career and being single!" Biglang natawa ang dalawa kay Chelsea. "O' Bakit? bat naman kayo natawa? May mali ba sa sinabi ko?" nagtinginan ang dalawa at, "Nothing Ma'am, sa dating mo kasi ngayon, mahirap kang ligawan. Daig mo pa ang Principal sa School!" Biglang natawa itong si Rose.

"Grabe ka sa Manager mo ha, Aldrin!"

"Im just kidding Ma'am, wag kasing masyadong Serious!"

"Hindi naman ako pikon. and no Love Life? No Problem!"

"Aldrin, baka naman?" Pabirong wika ni Rose.

"Baka naman ano?" Tanong ni Aldrin.

"Baka naman pwede mong ligawan iyang si Manager mo?" Natatawang sagot ni Rose. Nagtinginan sina Chelsea at Aldrin. tila nag niningning ang mga mata ni

Aldrin sa kanya. "Bakit ka ganyan makatingin sa akin Aldrin?"

"Inlove na sa iyo, Chelsea!" Sabad ni Rose. "You are my Artist and I am your Manager!" Wika ni Chelsea.

"Sa work oo, di ba?" Sabad ulit ni Rose. Tahimik lamang itong si Chelsea at tuloy lamang sa kanyang pagsubo. "Paki abot naman niyan Rose. sarap naman!" Wika ni Aldrin. "Sure, heto Aldrin, pakabusog ka. At dapat lagi kang masayahin hindi yung puro Serious at trabaho na lang ang iniisip!" Parinig na wika ni Rose. Ngunit nananatiling tahimik lang at kalmado itong si Chelsea.

"Very well said!" Sagot naman ni Aldrin. "Im done eating na. Mauna na ako sa inyo!" Agad na tumayo itong si Chelsea. Nag titinginan lang ang dalawa habang tinatapos pa nila ang kanilang hapunan. "Pagpasensyahan mo na iyang Manager mo. pabugso bugso nang damdamin. Moody pa!" "Ayos lang Rose, talagang bino-boarder niya ang kanyang sarili as a Manager. or talagang may galit lang siya sa akin?" "Pakiligin mo na kasi!" "Kulang lang siya siguro sa lambing?"

"kiss mo kasi para maalis na iyang pagka masungit niya!"

"So wala pa siyang boyfriend?"

"Boyfriend? meron before. Ex. niya!"

"Ok" "Bakit? may balak ka? eh, bat di mo ligawan?" "Manager ko nga daw siya. bawal!" At sabay na nag tawanan ang dalawa. "Syempre, kayang kaya mong pakiligin at diskartehan!" "Oo naman, but I try. mailap siyang masyado!" "Tulungan mong maka limot!"

"Yun nga ang gusto kong mangyari. Iba ang ginawa sa kanya nang Ex niya!"

"May alam ka about sa kanya?"

"About saan Rose?"

"Sa nakalipas niya. parang may alam ka ha?"

"Na ano, nga Rose? Hindi kita maintindihan!"

"Sa past Love Life niya? Sa Ex. niya?" "Sorry, wala akong alam diyan!"

"Paano mo nasabing iba ang ginawa sa kanya nang Ex. niya?"

"Yun ba? Wala yun. Kasi sa nakikita ko sa kanya, parang wala nang Happiness at Enjoyment sa sarili. Puro nalang siya Work and Work!" Tinitigan nang husto ni Rose itong si Aldrin at pagkatapos ay, "May alam ka Aldrin. you can't lie to me. Nakikita ko sa mga mata mo. aminin mo man o hindi hindi kita pipilitin!"

"Natigilan na lamang itong si Aldrin at hindi na makakibo. "Im done Aldrin, sorry ikaw ang nahuli. pakiligpit na lang lahat at pakihugas ang mga pinagkainan natin. ipasok mo sa Refrigerator ang mga Left Over Food natin, Thankyou!" At tumayo na si Rose at nagtungo na siya sa kanyang Kwarto. Napapailing na lamang itong si Aldrin at napapangiti.

At niligpit nga niya ang lahat nang pinagkainan sa Mesa. Naghugas nang mga pinggan, ibinigay ang mga tira tirang pagkain sa mga Aso at Pusa. Naglabas nang Basura sa labas, Nag punas at pumunta sa Sala at duon nag-Online. Tumawag at nakipag chika sa mga kaibigan niya at ka kilala. "Na, bo-bored ka na ba?" Wika ni Rose na nilapitan niya itong si Aldrin sa Sala. "No, hindi naman. ayos lang ako!" "Nasa labas ang Manager mo, sa Terraces. nagre- Reminiscin. Ang mabuti pa eh, timplahan mo nang Coffee. Mag-usap kayo habang nag ka-kape!" Tumayo bigla itong si Aldrin at dumungaw sa bintana. "Ok sige, salamat Rose" At yun na nga, pinuntahan niya itong si Chelsea na may dalang mainit na Kape.

"Kape muna tayo Ma'am, malamig dito sa labas" Nagulat nang bahagya itong si Chelsea.

"Naku, thankyou! Nagulat naman ako sa iyo. bigla ka na lang sumusulpot at nagsasalita diyan!"

"Sorry Ma'am, Ang lalim yata nang iniisip mo ha? May problema ba?" At naupo itong si Aldrin sa tabi ni Chelsea. "Wala naman Aldrin. anong masasabi mo ngayon sa takbo nang Career mo?"

"Ok naman Ma'am, masaya, masarap na kumplikado, magulo, wala ka nang layang gumalaw. lahat limitado, lahat nakabantay, nakatutok. lahat dapat pribado na!" "Hindi natin alam kung kalian tayo pag-uusapan at pagpiyestahan nang mga tao. Lalo na ngayon may natanggap akong balita buhat sa aking Source. May pasabog at ibubulgar daw itong si Jake Almazen tungkol sa akin!" "Grabe talaga iyang dati mong alaga Ma'am. Ba't wala pa akong nababalitaan?"

"Wala pa nga hindi ba? Naka-Timing ang pasabog niya. Kumusta naman ang naging pag- uusap ninyong dalawa ni Jake?" Nabigla at nanlaki ang mga mata ni Aldrin sa tanong sa kanya ni Chelsea.

"Anong?"

"Umiikot ang mundo natin sa Showbiz Aldrin, maraming mga Spy at mga nakakakita sa atin nang hindi natin nalalaman. Now Tell me?"

"Ok, Fine. Pero paano mo nalaman Ma'am? Kailan pa?"

"Ngayon lang rin, Matitinik rin ang mga Source ko. Agad naipapasasa akin ang mga nagle-leak na balita. Balik tayo sa tanong ko kanina!" "Si Jake, na dati mong alaga, at your Ex-Boyfriend right Ma'am?" "Na bigla itong si Chelsea, sabay higop nang kanyang Kape. "Yes! Ano pang mga pinag sabi at pinag-usapan ninyo?" "Wait, hindi kaya marinig ni Rose ang pinag-uusapan natin?" "She's already know's everything. kaya't sagutin mo na lahat nang mga tinatanong ko!" "Jake, wants to revenge you Ma'am. Dahil raw sa pagbitiw mo sa kanya. Maghihiganti siya sa iyo! Ang Secret Relationship ninyo raw ang kanyang isisiwalat. Mga Photos ninyo, and Everything"

Chapter 6

"And so, what's the big deal? Ganun na ba ako ka sikat para masira at siraan niya? Sira na nga siya lalo pa niyang sinisira ang kanyang pagkatao. At ano? Pati ikaw ay gagamitin niya Against to me? Sira na talaga ang ulo niya! Don't worry eh, di I quit my Job!"

"No, you can't do that Ma'am!" "Ofcourse I can! Hindi ako ang mawawalan, siya at siya lang!" "Marami kami, mga alaga mo. mga Baby's mo, mga Artist mo na susuporta sa iyo!" "Lalo lang maapektuhan ang inyong mga Careers, Atleast Im Free! Iiwanan ko na ang magulong mundo nang Showbiz! Kaya't kayo, magtrabaho lang, mag-ipon at magpakayaman! Hindi habang buhay nasa Showbiz World kayo!" "Im here Ma'am, to Guide you, to Protect you!" "And that's why sinundan mo ako dito sa Probinsya para bantayan mo ako ganun?" Natigilan at napayuko na lamang itong si Aldrin. "Yes, Ma'am!" "For what? Nagbabanta ba siya? May gagawin ba siya sa akin nang di maganda or what?" "Nasabi niyang makikipagkita daw siya sa iyo at makikipag-usap!" "Wala na kaming dapat na pag-usapan pa! Ginusto niya yun!" "Nais niyang bumalik sa Showbiz at sa pangangalaga mo Ma'am!" Natawa itong si Chelsea at napapailing. "See, he's Crazy! No, Never! Malabong mangyari pa iyang nais niya! And then ano? Kapag hindi ako sumunod sa gusto niya eh, Black Mail niya ako? Eh di, ibulatlat na niya lahat nang baho at sikreto naming dalawa. Go!"

"Ma'am, I understand you, pero hindi ganun ka simple ang lahat. kapag nasira ka, pati kaming mga Artist mo damay. May mga Co-Artist akong mga Minor Age. Mga Child Star mo ring alaga. Paano kung wala nang gustong tumanggap sa kanila at magbigay nang Offer? Kayo lamang ang inaasahan namin Ma'am!"

"You know, mahal ko kayong lahat! Kayong mga Baby's ko!"

"Gagawin ko ang lahat nang kung ano ang makakabuti sa inyo!" at humagulgol sa iyak itong si Chelsea na hinahaplos naman siya ni Aldrin sa likod. "Haharapin natin ito Ma'am, kasama mo ako. Makikipag Dealing tayo kay Jake at isa pa, sa kondisyong makikipagbalikan ka pa daw sa kanya!" "Eh, kung sa hindi ako pumayag at ayaw ko? Maninira siya? Kung ganon, idedemanda ko siya! That's all!" "Kaya nga bago pa sana magkademandahan Ma'am, ay wag nang mai-publicity ang tungkol sa inyong dalawa! para wala nang Issue sa ating lahat!" "Sige, haharap ako mismo sa kanya!" "Kasama mo ako Ma'am, haharapin natin siya!"

"Hindi ka kasama sa usapin namin Aldrin, baka pati ikaw magawan pa niya nang kwento!"

"Hindi kita maaaring pabayaan Ma'am"

"Ako ang magde-decide, Aldrin! I know what Im doing!" "Hindi pwede Ma'am!" Natulala itong si Chelsea sa sinagot ni Aldrin.

"Why?" Natahimik itong si Aldrin at nagtitigan sila ni Chelsea.

"Because?"

"Because What Aldrin?"

"Because I Love You! Mahal kita Chelsea!"

"What!" At biglang hinalikan ni Aldrin si Chelsea sa labi. Pagkaraan nang ilang Segundo ay, "Stop it!" Biglang kumalas itong si Chelsea ngunit naka hawak pa rin siya ni Aldrin sa magkabilang balikat. "Bitawan mo ako Aldrin! Nasasaktan ako!" Ngunit ayaw pa rin siyang bitawan ni Aldrin. "Walang sino man ang pwedeng manakit sa iyo, Chelsea! Lalo na ang Jake Almazen na iyon!" At niyakap niya nang mahigpit itong si Chelsea. Hindi siya makawala sa mga bisig ni Aldrin kahit anong gawin na pag pupumiglas nito. "Aldrin, Aldrin! ano ka ba! Bitiwan mo ako!" At nakawala rin itong si Chelsea sa mga kamay ni Aldrin. At isang Sampal ang ibinaling nito sa Binata. Dinandam nito ni Aldrin at, "Bakit Chelsea, Bakit? sige nga! Mahal mo pa ba siya ha?"

"Hindi ko kailangang mag Explain sa iyo Aldrin! Dahil?"

"Dahil ano? dahil Manager kita ha? Ikaw ang nagpasikat sa akin ganun ba! Paulit ulit mo na lang sinasabi sa akin yan! alam ko naman yan!" "Aldrin, hindi na tama ang inaasal mo! Enough na Enough!" "No! Ok sige, iiwan ko ang Career ko. Sige gawin mo na rin sa akin ang ginawa mo kay Jake! Mag quit ka na rin as a Manager ko. but you Can't Stop me to Loving you, Chelsea!" Naluluha na itong si Chelsea at naguguluhan na ito sa mga nangyayari. "Bakit ganyan kayong mga Lalake ha?" Maluha-luhang wika ni Chelsea.

"Iba ako Chelsea, Don't Compare me to Others!" Sagot naman ni Chelsea. "Kung may gusto ka sa akin Aldrin, Thankyou. pero Please, wag ako! Iba na lang. Si Rose, type ka ni Rose! At maiwan na kita dyan, sandali lang" Nang aakmang aalis na itong si Chelsea ay dali daling hinila siya pabalik ni Aldrin. "I want is you, Chelsea!"

"Aldrin, tigilan na natin ito ha? Maraming mga Babaeng nagkakandarapa sa iyo. Wag mong sayangin ang pagka Artistahin mo sa akin!" "Tumingin ka sa aking mga mata, Chelsea. Hindi ba't gusto mo rin ako hindi ba?" "Nuon yun Aldrin, when we was in College! That's all! At bukas na bukas ay umuwi ka na. Kung gusto mo pang ituloy yang Pag-Aartista mo!" At iniwan na niya ang Binata para pumasok sa loob nang Bahay. Pagpasok sa Kwarto ni Chelsea ay agad na humiga sa Kama at humahagulgol sa iyak. "Tama na yan, Chelsea. Ang harapin mo ay iyang Ex-Boyfriend mong si Jake!" Wika ni Rose kay Chelsea habang hinahaplos nito ang kanyang kaibigan sa likod. "Ang lakas talaga nang tama nang Jake na yan!"

"Ano pa nga ba Chelsea!"

"Ex-Boyfriend ko, Artista tapos lalapitin pa ako nang isa pang Artista? Dapat pala eh, mag-Artista na lang rin ako!"

"Oo ba, pwede naman! May Hitsura ka na man. At alam mo ba Friend, ang haba nang Hair mo ha! Celebrities pa talaga ang lumalapit sa iyo ha!"

"Dapat magkaroon na ako nang Non-Showbiz Boyfriend! Para magsi-tigil na itong mga Baliw na inaalagahan ko!"

"Anong Plano mo niyan?"

"Haharapin ko si Jake, Pabalikin ko na si Aldrin sa Work. Ipapa-extra ko na muna siya sa mga Taping. Kakausapin ko si Direk para sa kanya"

"At kung ayaw niya?"

"Mag Quit siya or ako ang mag-Quit! Ganun lang ka-simple Rose!"

"Hay, akala ko pa naman maayos ang pagbakasyon natin ngayon eh, ayaw pa rin tayong tantanan nang Problema!"

"That's life Rose!" "Pahinga na tayo. Lumalalim na ang gabi!" "Ok mauna na akong matulog sa iyo!" Samantala, Si Aldrin ay hindi makatulog at laging galaw nang galaw sa kanyang kama. "Honestly, Sa lahat nang Babaeng nakilala ko ikaw pa lang ang tumanggi sa akin Chelsea!" bulong ni Aldrin sa kanyang sarili. Pero sa ayaw at sa gusto niya ay kailangan na niyang bumalik sa Syudad bukas. Kinabukasan rin ay, tumawag ang Handler niyang si

Jocelyn para sabihing ni-Line-up siya sa isang Taping nang Telenovela na palabas sa T.V. Habang sinasakay ni Aldrin ang kanyang mga gamit sa kanyang puting Van ay nilapitan siya ni Rose. "Aldrin, dalhin mo na ito, pasalubong mo pag-uwi. Harvest namin dito yan!" Pinadalhan ni Rose nang isang supot na Manggang hinog itong si Aldrin. "Thankyou Rose! Salamat din sa pagtanggap sa akin dito sa inyo. Next time ulit!" "You're Welcome Aldrin! Anytime, Basta ikaw. Pwede kayong mag-Taping dito. Malawak ang Kabukiran dito!" "Oo nga, at maganda ang tanawin. Nawili talaga ako dito!" Sa sandaling papalapit si Chelsea sa dalawa. "Naka- usap ko na si Jocelyn, siya na bahala sa mga gamit mo duon. At hinabilin na kita kay Direk, at pakibigay na rin pala kay Jocelyn itong mga Documents. May Notes ako diyan para sa iyo. Sige mag-iingat ka!" "Salamat Chelsea!" "Aba, hindi na Ma'am ang tawag mo sa kanya ha? Sa pangalan na niya!" Sabad ni Rose.

Chapter 7

"Ok Mauna na ako!" Nag-start palang Paandarin ni Aldrin ang sasakyan nang biglang, "Ay! Ang dami nila Rose!" "Alis ka dyan Chelsea!" Nagulat itong si Aldrin. Pagtingin niya sa dalawa mula sa Bintana nang Van ay nakita niyang may mga Palakang nag-sisipag talon sa dalawang Dalaga. Tawang tawa itong si Aldrin sa Dalawa at ito'y bumaba at pinagtataboy ang mga nagtatalunan na mga Palaka.

"Tawa, tawa ka pa diyan Aldrin!" Naiinis na wika ni Chelsea.

"Eh, paano naman kasi, para Palaka lang eh takot na takot kayo! Ang gaganda nyo raw kasi kaya naman nagtatalon talon sa inyong Dalawa!"

"Naku maliliit pa lang mga yan Aldrin, mas grabe pa nga yung?" Mabilis na tinakpan ni Chelsea ang bibig ni Rose. "O' Ano yan ha? May tinatago pa kayong Dalawa ha! Sabihin niyo na!"

"Malayo pa byahe mo Aldrin, sige na!" Wika ni Chelsea.

"I Love You, Chelsea!"

"Salamat Baby's ko. Sige na Bye na!"

"Kiss muna?" "Bwiset ka!" At napatawa nang malakas itong si Rose maging si Aldrin. "O' Kunwari ako ang Director, Kissing Scene nyo raw Dalawa. Ready na? Light, Camera, and Action!" Birong wika ni Rose. "Sige! Kayo na lang Dalawa Rose, magpakasawa pa kayong dalawa! Unlimited, dali!" At sabay na nagtawanan sina Rose at Aldrin. Agad na nang sumakay itong si Aldrin sa kanyang Van para magbiyahe na pauwi. "Bye Aldrin!" Paalam ni Rose. Pagkaalis ni Aldrin ay, "Ikaw naman Rose, dapat naki-ride ka nalang kanina. Eh di sana naka-kiss ka man lang sa kanya!" "Oo nga eh, katulad mo rin sana kagabi!" Nangingiting wika ni Rose. Si Chelsea naman ay natigilan at tila nakaramdam nang kaunting hiya. "Nakita mo kami kagabi?" tanong nito. "Oo naman noh! Sa Terraces lang kayo nag-uusap, kunwaring ayaw mo pa at kumakalas sa hawak niya eh, gustong gusto mo naman!"

Panunukso pa nitong si Rose. Biglang namula ang mukha ni Chelsea at aakmang kukurutin niya itong si Rose. "Ikaw ha, tsismosa ka! Halika nga dito!" Naghabulan ang dalawa at sila ay nagtatawanan. Samantala, habang nagda-Drive si Aldrin sa kahabaan nang Kalsada ay naalala niya ang hinabilin na Notes sa kanya ni Chelsea. Nag-Park muna siya sa isang tabi at hinalukat ang mga Documents Papers at nang makita niya ang kanyang Notes na nakasulat sa isang Scratch Paper ay, "Work or Love?" Na- Curious siya dahil iyon lamang ang nakasulat. "Work or Love? Ito ba yung Notes ko sa kanya? Ok, I get's Alam ko na ang ibig niyang ipahiwatig!" At kinuha niya ang kanyang

Cellphone para I Text niya itong si Chelsea. Habang abala naman sina Chelsea at Rose sa paghihiwa nang mga Gulay para sa kanilang Tanghalian ay, "May nag-Text yata sa iyo Chelsea?" "Naku, for sure si Aldrin yan!" At agad na tinignan ni Chelsea ang kanyang Cellphone. "See, si Aldrin nga!" "Anong sabi? Na-miss ka na niya agad?" Panunuksong sagot ni Rose na natatawa pa. Binasa lamang ni Chelsea ang Text Message ni Aldrin sa kanyang isip. "Both Work and Love, I Love you Chelsea!" Na agad naman niyang ni replayan nito. "Just Finish your Contract, and I will not Renew it Anymore!" Nang mabasa ito ni Aldrin, "No Renewal of Contract? No Problem! I Love You!" Reply naman ni Aldrin. At In-Off naman ni Chelsea ang kanyang Cellphone. "O' ano na! Anong sabi? Tanong ni Rose. "Naligaw daw siya, hindi na niya alam ang daan pauwi. Ang sabi ko naman, baligtarin niya ang kanyang Damit!" "Huh? Hindi nga!" "Nakarating siya dito hindi niya alam ang Daan pabalik? Magtanong siya sa mga Bahay na madaanan niya!" "Ikaw naman kasi, agad mo nang pinauwi! May Trabaho siya ngayon. Kailangan Grab lang nang Grab kapag may Opportunity! Kapag wala na, Standby na naman!" "Yung totoo, Chelsea wala ba talaga siyang Chance sa iyo?" "Wala nga Rose! Pareho lang sila ni Jake. Ordinary Person lang ako at Ordinary Person rin ang pipiliin ko at mamahalin. Simpleng Buhay lang ba at tahimik! Gaya lang dito sa Probinsya!" "Wag kang magsasalita nang tapos Chelsea. Hindi mo hawak ang iyong kapalaran. Itinadhana talaga kayo ni

Aldrin!" Sabay tawa ni Rose at nagkabiruhan na naman ang dalawa at nagkahabulan.

"Ayaw mong tumigil ha, Rose!" Natatawang wika ni Chelsea, "Tama na Chelsea, masakit na ang Tiyan ko sa kakatawa!" "Pumasok ka dyan sa Banyo dali! Wag kang lalabas dyan Rose!" At sabay pang nagtawanan ang dalawa sa kanilang mga biruan. pagsapit nang Hapon, sa oras na Alas Tres, ay biglang may paparating na Pulang Kotse. Habang nasa Terraces itong si Chelsea ay agad na niyang nakita ito. Agad niyang sinalubong ang Pulang Kotse. Pagbukas nang Bintana nang Kotse ay, "Hi, babe! Kumusta ka na?" "Jake, anong ginagawa mo dito!"

"Binibisita ka lang!"

"Wala na tayo Jake! tapos na ang ugnayan natin sa Showbiz. Kasalanan mo yan! Ginusto mo yan, sinira mo ang Career mo, pati ako dinadamay mo! At ngayon ano? Bla-Blackmail mo pa ako ganun!" Nang aakmang bababa nang Kotse itong si Jake ay pinigilan siya ni Chelsea. Tinulak niya at hinarang ang pinto nang Kotse para hindi makalabas si Jake.

"Hwag ka nang bumaba Jake! Wag ka nang manggugulo pa dito. Nakakahiya sa mga tao dito!"

"Ok sige, sakay ka sa Kotse! Mag-uusap tayo. Aalis tayo! At duon tayo sa malayo! Malayo sa mga intriga!"

"No Jake, hindi ako sasama sa iyo. Baliw ka na talaga! Ano pa bang kailangan mo sa akin ha? Ni-ayaw na nga sa iyo nang Network!"

"Yun na nga eh, pinagkaisahan ninyo ako!" "Kasalanan mo yan Jake! Sinira mo ang Buhay mo! Nalasing ka na sa Kasikatan mo. Nakukunan ka nang CCTV Footage sa Casino. Nagba-babae ka pa! Lagi ka sa mga Beach Party! Ang dami mong Project na binitin. At ako, Ako na Girlfriend mo hindi mo man lang binigyan nang kahit kaunting Respeto at kahihiyan! Ang kapal nang Mukha mo Jake! Ako lahat ang nag- taguyod sa iyo! Ipinakilala ka, Binihisan, Pinasikat, Pinayaman ka! Minahal pa kita, Then ito ang igaganti mo pa sa Akin ha!" Hindi makakibo itong si Jake. At nanlulumo sa mga sinasabi sa kanya ni Chelsea.

"Sorry, Sorry na. Aaminin ko na nagkamali Ako. Please Forgive me, Babe!"

"No Jake! Wala na, wala na talaga! At Don't Call me, Babe! Tigilan mo na ako. Layuan mo na ako. At once pa na manggugulo ka pa sa akin, Idedemanda na kita talaga! Sige magpasabog ka nang Issue tungkol sa ating dalawa at nang madagdagan pa ang mga Kasong ihahabla ko sa iyo, sa Korte!" At tinalikuan na ni Chelsea itong si Jake. Dali-dali naman bumaba nang Kotse itong si Jake para habulin itong si Chelsea. "Chelsea, Wait!" Na-hablot nito ang Braso ni Chelsea.

"Bitiwan mo ako, Jake!"

"No Chelsea, mag-uusap pa tayo!"

"Bitiwan mo siya Jake!" Paglingon nina Jake at Chelsea sa kanilang likuran ay nagulat sila sa Taong umaawat sa kanila.

"Aldrin!" Wika ni Jake.

"Aldrin? Bumalik ka!" Sambit naman ni Chelsea. "Bitawan mo ang Girlfriend ko Jake! Wala kang karapatang saktan siya!" Nabigla ang Dalawa sa sinabi ni Aldrin at napatingin na lamang si Jake kay Chelsea. Dahan dahan niyang binitawan si Chelsea. "Chelsea, halika ka rito!" Utos ni Aldrin at agad naman na sumunod ang Dalaga. Natawa itong si Jake habang minamasdan niya ang Dalawa at, "Kailan pa Pare? Kailan pa naging kayo?" Tanong ni Jake kay Aldrin. "Kahapon lang Jake!" Sagot ni Aldrin. Hinawakan niya itong si Chelsea at sabay na Hinalikan sa harap ni Jake. Si Jake naman ay nanlaki ang kanyang mga Mata. Naki-Ride naman itong si Chelsea na Feel na Feel naman ang Kissing Scene. "Ano Jake! Are you Contented now! Wag ka nang mag-eskandalo pa dito! Kung hindi, ipapadampot ka na namin sa mga Pulis! Trespassing na rin ang ginagawa mo. Nasa loob ka na nang Private Property. Mahiya ka naman Jake!" Gigil at nagpupuyos sa galit ang nararamdaman ngayon ni Jake sa Dalawa. "Hindi pa tayo tapos!" "We will Wait you, Jake Almazen! Naligaw ka na talaga nang Landas. Maybe you are Under Influenced of Drugs! Malaking kaso yan!" Hamon at Wika ni Aldrin. "O' talaga! Tignan natin!" Sagot ni Jake. Na agad nang sumakay sa kanyang Kotse at Humarurot Paalis. Nakahinga na nang maluwag itong si Chelsea. At ito'y naiyak na lamang sa mga nangyari. Niyakap siya ni Aldrin. "Tama na Chelsea, wag kang mag-alala! Nandito na ako at hindi kita papabayaan. Sinabi ko naman sa iyo na ipagtatanggol kita sa kanya!" "Mabuti at naka balik ka ulit, Aldrin? Salamat din pala sa iyo!" "While on my Way, Nakasalubong ko ang kanyang Kotse. Hindi niya ako napansin. Alam kong papunta siya rito kung kaya't bumalik ako rito. Akala ko nga hindi ko na kayo maabutan pa! At salamat na rin!" "Pasok na muna kayo dito, at uminom na muna nang Tubig!" Wika ni Rose. "Pinanuod mo lang kami Rose ha, ni-hindi ka man lang lumabas para ipagtanggol ako!" Naiinis na wika ni Chelsea. "Eh, akala ko kasi may Shooting sa isang Telenovela sa T.V! May Action at Kissing Scene pa!" Natatawang wika ni Rose. "Loko ka talaga, Rose ha!" Nahihiyang wika ni Chelsea at hinabol ni Chelsea si Rose sa loob nang Bahay. Tawang tawa naman itong si Aldrin sa dalawa at pumasok na rin ito sa loob. nag-uusap ang tatlo sa Sala habang nagmimiryenda. "Mag-stay ka na muna rito Aldrin, hanggang sa matapos ang bakasyon namin!" Mungkahi ni Rose sa Binata. "Mabuti pa nga, at baka bumalik pa dito iyang si Jake. Natawagan ko na si Jocelyn, pina Re-Schedule na lang kita sa susunod na mga araw sa mga Taping mo!" Wika ni Chelsea. "Dapat, Ipa-Blotter na natin siya sa mga Pulis!" Sagot naman ni Aldrin.

"Hintayin muna natin may gawin siya at may Ebidensiya, para matibay ang Kasong ihaharap natin sa kanya!" Sabi naman ni Chelsea.

"Ganun na ba siya Ka-Desperado at nagagawa niya ang mga bagay na ganyan!" Sabad naman ni Rose.

"Syempre, gusto niyang ibalik ang dating Images niya sa mga Tao. And what? Mag Pa-Public Apology kami? Magso-Sorry kami sa kanya? Ang Network na nga mismo ang nagtanggal nang Bulok na Kamatis sa Management nila Then, Ako pa ang hiningan niya nang tulong!" Pahayag ni Chelsea. "Alam nyo may naisip ako. Para makabawi naman tayo at bago bumalik sa Work eh, mag-Set kaya tayo? Sa Beach gusto nyo ba? Trip ko!"

"Nice one, Aldrin! Maganda iyang naisip mo ha! Sige ikaw na bahala sa lahat sa amin! Pati Hotels, Transport and Everything!" Natutuwang wika ni Rose. "Oo na nga, masyado na tayong na Stress kasi sa Work at sa mga Intriga. Ready na ba kayo!" Excited na sabi ni Aldrin. "Uy Chelsea? Bakit hindi ka sumasagot diyan! Ayaw mo ba? Trip na nga lahat ni Aldrin!"

"Saang beach ba yan Aldrin ha!" Tanong ni Chelsea. "Mag Boracay tayong tatlo!"

"Ay, wow! Sure ka Aldrin? Hindi ka nagbibiro! Boracay talaga!" Natutuwang tanong ni Rose.

"Yup, oo basta payag na rin si Chelsea!"

"Oo ba, sige sagot mo lahat ha. Ikaw ang Manager namin ngayon Aldrin. Pati Plane Tickets, Hotels, and lahat lahat na! Wala kaming gagastusin ni Rose kahit singko hanggang sa pag-uwi?"

"Oo na sabi eh, promise Chelsea!" At nagsisipag-talon sa tuwa ang Dalawa "Rose, what are you Waiting For, mag-impake na tayo!"

Chapter 8

"Hay, thankyou Aldrin, Atleast mawawala na ang trauma nating tatlo. Ang saya saya ko!" Natatawa na lamang itong si Aldrin sa Dalawa. "Ok tawagan ko lang yung kakilala ko sa Travel Agency. Para sa ating mga Tickets at Hotel Accommodations" At iniwan na muna ni Aldrin ang Dalawa. "See Chelsea, ok naman talaga itong si Aldrin. Hero pa natin siya!" "Salamat na rin sa kanya. At wala pala akong Swim-suit. Kailangan natin nang Bathing-suit, Rose" "Problema pa ba yan? Eh di, bumili tayo sa Bayan tara na!" "Now na ba, agad? Ok Ready ko lang yung Sasakyan natin!" "Ok sige, Two-piece ang sa iyo, Chelsea!" "Huh? Bakit naman!" "Para makita ang buong ka seksihan mo, pati iyang waist mo!" At nagtawanan ang Dalawa. "Parang ilang ako!" "Hindi ka lang sanay Chelsea!" "Yun na nga Rose eh, hindi na bale. Sa Boracay naman, White Sand Beach!" At agad na rin sumibat ang Dalawa sa Bayan para maghabol sa pamimili dahil mag ga- gabi na rin at marami rin kasi silang gawain na inaasikaso sa Umaga. Until the Following day, nagbyahe na sila papuntang Airport para sa kanilang Flight papuntang Boracay. At nang sila'y makarating na sa mismong Isla nang Boracay ay labis at umaapaw ang kanilang kasiyahan. Nag-Check-in na sila sa Hotel na kanilang pina Reserved at tatlong Room ang kanilang kinuha. Then, kumain muna at nagpalit na nang mga Swimwear para magtungo sa Dalampasigan nang Dagat. "Wow, ang ganda Chelsea! It's a Paradise Island!"

"Amazing Rose! Ang ganda talaga dito sa Boracay!"

"At syempre, may kasama tayong Artista rito!" Pagmamalaking wika ni Rose. "Baka may mga Celebrities rin tulad mo Aldrin na nandito, for sure marami niyan at maki-Bonding ka sa kanila!" Wika ni Chelsea. "Hayaan natin sila Chelsea, enjoy lang tayo habang nandito!"

"Almost nga nakatingin sa atin mga Tao. Eh syempre, Artista kasama natin!" sabad ni Rose. "Normal na lang dito, kahit sino ka pa, Artista o Negosyante basta pag nandito ka eh, your reason is to Enjoy!" Wika ni Aldrin. "Maiwan ko na muna kayong Dalawa para makapag-usap pa kayo at makapag-Bonding!"

"O' saan ka pupunta Rose?" Tanong ni Chelsea.

"May gusto yatang makipagkilala sa akin! Ayun sila, wala akong Partner eh! Kaya, makiki-Mingle muna ako sa mga Guy's na ito! Naku, Lima sila! Hindi ko sila kaya!" Natawang wika ni Rose na papunta na sa mga Kalalakihan. "Sira ka talaga Rose!" Pahabol na wika ni Chelsea. "Maglakad lakad muna tayo duon Chelsea! Anyaya ni Aldrin. "Ok tara!" Sagot naman ni Chelsea. Mahaba haba rin ang kanilang napag-usapan. Nagtatawanan, Nagbibiruan, Hanggang sa maligo na sila sa Dagat at naupo sa isang tabi. "Grabe ang saya ko! Minsan talaga, kailangan din ang magTravel. para makapagRelax at Unwind! Wala naman akong malakihang Budget para makapag bakasyon sa ganitong Lugar kung hindi lang dahil sa iyong paglilibre sa amin ni Rose. Napasaya mo kami talaga Aldrin!"

"Wala yun! Syermpre Manager kita eh!" "Naku, oo sa Work. Pero pwede naman tayong maging Closed like this! We can be a Closed Friend or Barkada!"

"Salamat naman Chelsea. Akala ko Imposible nang mangyari pa ang mabagayan ang iyong Loob!" "Alam mo naman, at nakikita mo naman siguro kung paano ang Work ko, at Work mo!" "Kaya nga yung Note na ibinigay mo sa akin na may Option na Work or Love ay napa-isip tuloy ako duon!"

"Bakit naman?" Tanong ni Chelsea. "Pwede naman sigurong pagsabayin ang Work at Love hindi ba? Balance lang!"

"Oo naman Aldrin, tulad nang kami ni Jake. Tapusin ko muna itong problema namin bago ako Magmahal muli. As of now, Closed Friend muna tayo. At it's doesn't mean na pinapayagan na kita o pinaghihintay kita! Its wrong! Baka umasa ka!"

"Ok, I Understand!"

"Good Aldrin! Siya nga pala, hindi pa ako Updated sa Love Life mo ngayon ha? Wala ka pang Girlfriend ngayon? Halos lahat nang mga Kababaihan ay nagkakandarapa sa iyo! "Kung makipagrelasyon lang, wala naman problema sa akin. Pero yung mismong tinitibok nang Puso mo, yun talaga ang tunay! Iba talaga kapag in- Love ka!" Napatulala itong si Chelsea kay Aldrin, na tila nahihiwagaan ito.

"O' bakit ganyan ka maka tingin sa Akin?" Natawa itong si Chelsea at, "Wala lang, ang laki na nang ipinagbago mo ngayon! Sa tuwing nakikita kita, naaalala ko dati ang College Life natin. Yung halos lahat na yata nang mga Magaganda sa Campus ay naging Girlfriend mo na lahat!" Sabay tawa ni Chelsea. "Naku, sobra ka naman! Ganun na ba ako As in ka-Gwapo at ka-Kisig naman! And syempre, ang lahat nagbabago. Yes! Aaminin ko dati?"

"Na-chickboy ka tama?" Biglang sabad ni Chelsea sa kanya.

"Oo it's true! Laro laro lang. Sa pag-Practice ko nga nang Nursing, muntik pa akong hindi nakapasa! Dahil puro Arte, Porma at Panliligaw lang ang inaatupag ko! Pero salamat naman, at kahit paano nakapasa ako! After Graduation, hindi ko alam paano ako magsisimula. Saan ako magtaTrabaho, halos hindi ko man lang nagamit ang pagiging Nurse ko! Naging Company Nurse naman ako sa isang pagawaan nang Alak pero hindi rin ako nagtagal!"

"So anong mga cases, na binibigyan mong mga First Aid?" "Mga nasugatan, nabubog sa mga nabasag na Bote. Kapag may masakit ang Ulo, Lagnat, Nahihilo! Ayun at hihingi sila nang Gamot sa akin!"

"Nahihilo? Baka sa kakainom nang alak sa Planta! Mga nabitin o nagkaHangover!" Birong wika ni Chelsea at sabay tawa.

"Oo, ganun na nga! Ay hindi, Joke lang ha. Baka maniwala ka!" Pabirong sagot ni Aldrin.

"So, naisipan mong pumasok nang pag-Aartista dahil nakilala mo si Renz sa Bar? Na naging Issue ninyo pa yan at naBalita kayo sa Tabloids!"

"At that Time naman kasi, Although may nakakakilala sa kanya As a Talent Agent and then in-Offer niya ako! Sabi ko, sige If makapasa ako. And yun na nga, nagCross ang ating Line! Ka-Schoolmate pa kita! And I remember you nga na minsan sa Campus nung magkasalubong tayo eh, kumaway ka nuon sa Akin!"

"At Dedma mo lang ako. Nag-Snob ka lang!" "Hindi naman, syempre! Matagal na iyon. At malay ko pa ba kung anong Moods ko nuon!"

"Ganun ka lang talaga, Chickboy!" "Not now, Chelsea!" Pabulong ni Aldrin.

"Ganun, Stick to One ka na! Sino at Kanino?" Tanong na pabulong ni Chelsea.

"Sa iyo, Chelsea!" Sagot ni Aldrin na lalo pang nilapit ang kanyang Mukha sa Dalaga at naging malalagkit ang kanilang mga tingin. Biglang may tumamang Bola nang VolleyBall sa Ulo ni Aldrin na muntik pa niyang mahalikan sa Labi si Chelsea.

"Aray, ano yun!" Reaksyong wika ni Aldrin. Si Chelsea naman ay nagulat at natawa. May papalapit sa kanilang isang Lalaki at Sorry sa kanila at kinuha ang Bola nang VolleyBall.

"Masakit ba?" Tanong ni Chelsea kay Aldrin na natatawa pa rin.

"Wala ito, ayos lang! Tawa Tawa ka pa dyan ha!" At pinag kikiliti ni Aldrin itong si Chelsea. Tawang tawa naman itong si Chelsea hanggang sa naghaharutan na sila at nakatyempo na ito para tumakbo.

"Dito Aldrin! Habulin mo ako!"

"Lagot ka sa akin kapag nahuli kita Chelsea!" Parang mga Bata silang naghihiyawan sa kakatawa sa Dalampasigan nang Dagat. Nagbasaan pa sila nang Tubig. Labis labis ang kasiyahan nilang Dalawa na para bang wala nang Bukas na darating at sinusulit na nila ang mga Maliligayang sandali sa kanilang Buhay. Hanggang sila'y Mapagod, Nahinto, at Nagpahinga sandali at bumalik na sa kanilang Hotel na pinag-Check-in nila. Kanya kanya silang Pahinga sa kanikanilang mga Kwarto at mag-oorder na lang nang kanilang mga Foods sa Kwarto. Nagtatawagan pa sila sa Telepono at nag kukwentuhan. Ikinuwento pa ni Rose ang nakilala niyang Tall Dark and Handsome Guy, at may tipanan sila mamayang Gabi. Natuwa naman itong si Chelsea at Atleast kahit paano ay hindi mababagot itong si Rose dahil may Partner na siyang nakilala. Si Aldrin naman ay, Pinutakti siya nang mga Calls at Messages lalo na sa Social Media. Ganun din naman itong si Chelsea, nagChe-check at sumasagot din siya sa mga Emails, nag mo-Monitor sa mga News at Event. Nakikibalita sa mga iba pa niyang Alagang mga Artista na tinatawag niyang mga baby's at may mga Clients din naman siya na Nag- papa-Booking para sa mga Alaga niya at nakikipag-Dealing naman siya Thru Call at sa mga Emails. May Assistant naman siya sa Office na nakikipag-Negotiates sa mga ito at katulong na rin ang Handler nang kanilang Team na si Jocelyn. Lahat sinisiguro ni Chelsea na Job Well Done palagi.

"Anong Status natin dyan, Jocelyn?"

"Maayos naman po, Ma'am Chelsea. May mga Taping, Guesting, Mall Events and Interview ang mga Baby's natin. Plansado na po ang kanilang mga Schedules at Still Coordinates sa mga Production Assistant at Directors, maging mga Producers!"

"Ok, Good! Im here in Vacation pa. Pahinga lang ako!"

"Si Aldrin Barcelona Ma'am, may mga Pending siya at Schedule sa Taping, at may mga Advertising at Booking na siya. Kinukuha pa siya nang Model at Endorser nang isang Restaurant para sa Specialty nilang Sisig!"

"Oo nga eh, hindi ko pa nasabi lahat yan sa kanya. Nasa Vacation Trip siya, at nagpapalamig rin muna about sa nakuhanan na Photos sa kanila ni Renz sa isang Bar!" "May mga Rumor pa nga Ma'am, na ang kapalit para sa kasikatan ni Aldrin ay nag-Check-in raw sila ni Renz sa isang Motel!" Natawa na lamang itong si Chelsea.

"Hala, ganyan talaga ang Buhay nang Showbiz! Lahat lahat na, kabi-kabila pa! Anyway, si Renz kumusta naman? baka nag-Suicide na yun ha!" Natawa itong si Jocelyn sa sinabi nang kanilang Manager. "Ilang Days na rin, hindi namin siya nakikita Ma'am. Baka nga nagPatiwakal na!" At sabay tawa nang Dalawa.

"Nakikipag-Dealing pa ako kasi sa Talent Fees ni Aldrin duon sa Restaurant na kumukuha sa kanya. At meron pa ngang kumukuha sa kanya nang Product Endorser, ang Lady's Sardines na nakakuha nang Gold Medal Awards bilang Best Sardines Manufacturer!"

"Ay wow! Model na nang Sardinas itong si Papa Aldrin!" "Oo nga! Marami pang darating yan. Kapag Approved na ang Dealing, saka ko nalang sabihin sa kanya!"

"Same kayong naka-Vacation Ma'am? Sabi nila, sa Province raw kayo at si Aldrin? Saan siya ngayon Ma'am?"

"Si Aldrin? Sa mga kamag- anak niya sa Batangas. At ako, dito sa Benguet!"

"Ok Ma'am, ingat kayo! Marami na pong naghihintay sa inyo rito!"

"Oo sige, ikaw na bahala dyan ha! Tutok lang sa kanila All the Time. Maging Mabait lagi sa kanila para hindi sila nag re-Rebelde at nagiging Pasaway!"

"Always' Ma'am! Copy and Noted!" At natapos din ang usapan nang Manager at ang Handler.

NagResearch pa itong si Chelsea About sa mga Manufacturing Products na kumukuha kay Aldrin at sa kanyang mga Alaga. Sa kanyang nakikita ay malakas sa Masa itong si Aldrin. Maraming humahanga sa kanya at lalong mas matunog ang kanyang Pangalan sa Larangan nang Showbiz. Para kay Chelsea, ay Perfect ngayon ang Time para magliwaliw muna at magRelax sa Bakasyon itong si Aldrin bago sumabak muli sa pag-Aartista niya.

Chapter 9

Ang Pag Modeling, Endorser, Acting, Dancing, ay nagawa na ni Aldrin bilang kanyang Propesyon sa Pag-Aartista at ang Most of All na hinihintay nila ay ang magkaroon na nang First Ever Movies itong si Adrin at much Better kung siya ang Bida. Samantala, Nagkayayahan na silang Kumain at nagTanghalian sila sa may Resort nang Hotel. "Ang sarap! Gusto ko ang mga SeaFoods nila rito! Fresh na Fresh!" "MagpakaBusog lang tayo! Sulitin natin ang Bakasyon dito at ang Libre ni Aldrin! Parang pampa-Buenas mo ito ha!" Nagpaparinig na wika ni Chelsea. "What do you mean Chelsea? Maraming Projects na sigurong nag-aabang kay Aldrin, tama ba?" Tanong ni Rose.

"It's that True Chelsea?" Tanong naman ni Aldrin.

"Honestly, marami! For Bidding and Negotiations pa ang iba. So, tama lang ang Timing natin na magBakasyon muna bago ka sumabak sa Gyera, Aldrin!"

"Kaya naman pala, Aldrin! Congrats! At Im Happy to you! More Blessings to come pa sana sa iyo at ito nga, na I Share mo rin sa amin ang mga biyaya mo!"

"Salamat Rose, at salamat na din sa Tiwala sa akin nang Masa! Ang Network, at ang maganda kong Manager!" Sabay na naghiyawan sa kakatawa ang Tatlo.

"O' mamaya na iyang mga Birong yan. Kumakain pa tayo. At ikaw Aldrin, ang galing mo talagang mambola! But Anyway, salamat na rin at sa pakikinig mo sa Akin. Sa mga Turo at Advice ko" Nangiti lamang itong si Aldrin sa sinabi sa kanya ni Chelsea at ipinagpatuloy na nang Tatlo ang kanilang Pananghalian.

"Alam ba nilang nandito tayo sa?"

"Hindi! Hindi pa Rose. Wala pa akong pinagsabihan lalo pa't walang dapat munang makaalam nito at kasama natin si Aldrin ngayon dito!"

"At basta ang sinabi ko lang, nasa bakasyon ako! That's all" Sabad naman ni Aldrin. "Ang nasabihan ko pa lamang ay si Jocelyn. Nasa ibang Lugar tayo ang nasabi ko lang!" Wika ni Chelsea. "Eh itong si Aldrin, Artista kasi siya! Maraming nakakakilala sa kanya dito. Pati nga mga Foreigners!" Wika ni Rose.

"Well, eh di pumunta sila dito. Mag-Boracay din sila! As if naman may mga Press dito ngayon. Ang dami rin naman mga Artistang pumupunta dito. Common nalang sa mga taga-rito ang makakita nang mga Artista!"

"Basta ingat lang rin. Malay pa natin, may mga Paparazzi sa Paligid!" Tugon naman ni Aldrin. "Akong bahala dyan sa mga Paparazzi na iyan!"

"Ayan ang Swimming Pool, ihuhulog ko sila dyan o kaya itatapon ko sila mismo sa Dagat kasama nang mga Camera nila!" At sabay na nagtawanan ang Tatlo. "Alam niyo, na-Realized ko lang rin, kahit anong gawin natin In-Good or Bad man ay sadyang meron pa rin nasasabi sa atin ang mga tao. Kaya kung ano man ang makakapagPaligaya sa atin ay gawin na natin. Enjoy Life! Hindi na mahalaga pa ang sasabihin nang ibang Tao sa atin. They don't care! And We don't even Care too!" Wika ni Chelsea at sabay sa pag-inom nang Iced Tea.

"Very well said, Chelsea!" Sagot naman ni Rose.

"May kanya kanya tayong Buhay! Mind their own Business!" Wika ni Aldrin at natapos na rin silang Kumain at habang nagPapahinga pa sila sa kanilang kina-uupuan ay, "Teka, kilala ko ang mga yan? Mga Media Reporter!" Gulat na wika ni Chelsea.

"Huh? Nasaan!" Tanong ni Aldrin at sabay silang tumayo ni Rose para tignan ang sinasabi ni Chelsea. "Ayan sila sa labas!" Turo ni Chelsea sa Dalawa. "Shall We? Pasok na tayo sa loob?" Tanong ni Aldrin.

"Naku, baka makita pa si Aldrin dito at pati tayo Chelsea ma-Interview! Tayo na!" Wika ni Rose. "Ok, This Way tayo dumaan!" Wika ni Chelsea at agad na nilang nilisan ang kanilang Pwesto nang Pinag-kainan. Mabilis at agad naman silang nakapasok sa Loob nang Hotel and Resort.

At sa Second Floor Hallway nang Hotel ay, "Guy's wala na munang lalabas sa atin! Mag balitaan na lang tayo. Keep safe!" Wika ni Chelsea sa Dalawa at nagkahiwalay na silang Tatlo papasok sa kani-kanilang mga Room. Maya't maya pa ay may tumawag sa Telephone Room ni Aldrin. "Yes! Hello?" Tumawag ang Manager nang Hotel mula sa Reception Area sa Lobby para ma-Invite raw at maka-panayam ang mga Reporters na naghihintay sa kanya. Kasama rin ang Manager nang Hotel sa ma-Iinterview para i Market na rin ang kanilang Hotel at ipaalam sa Publiko na Proud ang Hotel and Resort na sa kanila nag-Check-inn itong Artistang si Aldrin Barcelona. At nagsabi na lamang itong si Aldrin na bababa nalang ito papuntang Lobby. Agad na tumawag itong si Aldrin kay Chelsea para ipaalam ang nangyari. "Ok sige, Go! Basta ang sabihin mo lang eh, Relatives mo lang ang kasama mo ngayon dito. At nagpapahinga kami. Basta ikaw na ang bahala! Ma-Televised naman niyan at Mapapanuod rin namin kung ano ang Interview sa iyo!" "Be Politely and sanay ka na diyan!" Turo ni Chelsea kay Aldrin. "Ok sige, O'Kiss muna?" "Bwiset ka talaga Aldrin! Naghihintay na sila sa iyo! Baka umakyat pa sila dito!" "Aba, teka nga naman! Eh, dapat sila ang maghintay sa akin. Celebrities ito eh. Artista, Gwapo at ang laman lamang nang Puso ko ay si Chelsea my Manager!" At binabaan na siya nang Telepono ni Chelsea. "Hello? Chelsea! Hello, Bhe? I Love you Three Times a Day!" Sabay tawa ni Aldrin at nag-ayos muna siya nang kanyang sarili. "Kailangan, Always's looking Fresh! Gwapo, at

Mabango! And Smile!" Bulong ni Aldrin habang nag-aayos sa harap nang Dresser Mirror. "Itong Manager kong si Chelsea eh, Pakipot pa! Gustong gusto naman niya. Kilig naman sa akin, ayaw lang pahalata!" Nang biglang, "Anong sabi mo Aldrin!"

"Waaahhh!" Sigaw ni Aldrin na napatalon sa sobrang gulat niya. "Chelsea! Anong ginagawa mo dito! Kanina ka pa ba dyan ha!" Gulat na gulat at Takang taka itong si Aldrin. Nanlalaki pa ang mga mata nito sa kanyang nakikita na si Chelsea nga mismo ang nasa kanyang Harapan.

"Bago ko sagutin ang tanong mo! Iyang Twalya mong pang Tapis ay natanggal! Takpan mo muna yan or magsuot ka na nang Shirt mo o Pants!" "Napatingin sa may Kama itong si Aldrin at nakita nga niya ang kanyang Twalyang nakaTapis sa kanya ay tumilapon duon nang siya'y nagtatalon. At napansin na rin niyang naka-Underwear lang siya. At dali dali niyang kinuha ulit ang Twalya para ipangTapis. "Sorry! Sorry! Ano ka ba naman Chelsea! Paano ka nakapasok dito? Kanina ka pa siguro noh? Bakit hindi ko alam? At tila sanay ka! Hindi ka man lang nagtakip nang mga Mata! Manyak ka noh? Manyak! Naku, Not now Chelsea! May Interview pa ako Please!"

"Sira! Bilisan mo diyan! Nakita ko ang Pinto nang Kwarto mo, nakabukas! Paano kung may nagtangka sa iyong pasukin ka dito. Hindi ka nag-iingat ha!"

"Eh, ikaw na nga ang nagtangkang Pasukin ako dito. Wala pa akong Saplot, hindi ka man lang Tumawag o Kumatok!"

"Ganun, so pinag-sasalitaan mo na ako ngayon Aldrin?"

"Sorry naman Ma'am!" Maamo, Mahinhin at Magalang na sagot ni Aldrin.

"Obligasyon kita, kaya ginagawa ko ang makakabuti para sa iyo! Sige na at maiwan na kita. At, Pasensya na!"

"Ok lang, Chelsea!" "Smile!" Utos ni Chelsea. At agad naman na nag-Smile itong si Aldrin. Nag-Smile rin itong si Chelsea sa kanya at lumabas na ito sa kanyang Kwarto. Ni -Lock naman ni Aldrin ang Pinto at nagsimula na itong magbihis. Pagkatapos ay bumaba na ito Patungong Lobby at Mainit naman siyang sinalubong nang isang Showbiz Reporter, kasama ang Camera man na nag-Set nang mga Video Footage duon para sa Interview sa Hotel and Resort Manager at ang Artistang si Aldrin. Sa kalagitnaan nang Interview ay natanong at naungkat ang mga Rebelasyon tungkol sa Issue sa dating Alaga nang kanyang Manager na si Jake Almazen. Ang pagbitiw dito at ang pagHalili ni Aldrin sa kanya. "Well, lagi ko naman sinasabi na About sa Issue kay Jake Almazen ay ang Manager ko na ang makaka sagot sa inyong mga katanungan! At ako ngayon, ay nasa Vacation Trip with some Relatives para makapag-rest muna at bago magbalik ulit sa Showbiz!" "According sa Pulse Survey nang mga Tao eh, Nalagpasan mo pa raw sa Career itong si Jake Almazen! At biyaya ka raw maituturing sa Manager mo at sa Network. So, mas magaling ka pa kay Jake Almazen?" Tanong nang

Reporter. "Ang sa akin lang, Trabaho lang. Hindi ako nakikipag-Kompetensya. I give my Best! I do my Job! And that's all! Thankyou! Maraming salamat sa mga suporta ninyo! Mahal ko kayo and God bless us all!" At tinapos na rin ni Aldrin ang kanyang Interview at siya ay nagsabing mauna na para makapagPahinga na sa kanyang Kwarto. Pinasalamatan naman siya nang Reporter at ang Manager nang Hotel and Resort. "Hay, natapos rin. Ang daming mga tanong! Puntahan mo ako ulit dito Chelsea sa Room ko para makapag-usap tayo nang harapan at hindi dito sa Phone" "Ayoko nga! Kanina lang yun. NakaBukas kasi ang Pinto nang Room mo kaya nag-Check ako at Pumasok sa Loob!" Wika ni Chelsea.

"Naka Lock na ngayon. Katok ka nalang or magDoorbell!"

"Sira! Mamaya na tayo mag- usap kapag magDinner na tayo nina Rose"

"Sige, teka ganito na lang. Ako na lang ang pupunta dyan sa Kwarto mo Ok? Hello? Chelsea! Hello?" Ibinaba na ni Chelsea ang Telepono. "Binabaan ako ha! Pambihira talagang Babaing ito!" Nagkukunot Ulong wika ni Aldrin.

Chapter 10

Bago pa man kumagat ang Gabi ay na-Televised na ang Balitang Interview kay Aldrin at napanuod na nang Tatlo ang Balita sa T.V Paglabas nila para magDinner ay ito ang kanilang pinag-uusapan. Habang nagdi-Dinner sila ay minamasdan sila nang mga staff at mga Tao sa Paligid. "Si Aldrin lang naman tinitignan nila! Hayaan natin sila Rose!" Wika ni Chelsea habang humihigop ito nang Cream and Mushroom Soup. "Aba, Ako lang ba? Syempre pati kayong Dalawa! Ang Gaganda ninyo kaya!" Sagot naman ni Aldrin. "Thankyou Aldrin! oo nga naman Chelsea, Iisipin nila niyan na isa sa ating Dalawa eh, Girlfriend ni Aldrin!" Nagbibirong wika ni Rose. "Naku, ikaw na yun Rose! Ayan nga at halos magkadikit na kayo ni Aldrin nang Upuan!" "Ikaw naman Chelsea, selos ka naman agad! Sorry na!" Pabirong wika ni Aldrin at bahagya niyang inilapit ang kanyang upuan kay Chelsea. natawa naman itong si Rose at napatawa na rin itong si Aldrin. "Pwede ba, kayong Dalawa tumigil na kayo. Nasa harap tayo nang Pagkain!" Naiinis na wika ni Chelsea. "Dapat nga, ipakita natin sa harap nang mga Tao na tayo ay Masaya. Para walang mai-Tsismis. Kaya tawa lang Chelsea!" Wika ni Rose. "Oo nga naman, Chelsea My Love!" "Tse! Chelsea My Love ka dyan!" At sabay na nagtawanan ang Tatlo. "O' Di ba, Dapat ganyan. Panay Good Side ang ipinapakita Dapat!" Sambit ni Rose. "Baka wala nang Manligaw sa iyo niyan Chelsea, sa katarayan mo! Umiilag na ang mga Boy's sa iyo!" Wika ni Aldrin. "Meron pa naman Aldrin, Eh di ba nga ikaw! Ikaw lang naman ang matiyaga sa kanya!" At sabay tawa nang Dalawa. "Grabe kayo sa akin! Cancel na ang mga Booking mo Aldrin! At ikaw naman Rose, Bayaran mo yung Bathing Suit mo sa akin!" Sabay Halakhak at tawanan nang Tatlo. "BeRready na sa ating pagbabalik. At ikaw Rose, Isasama na kita sa aming Team. Personal Assistant ka ni Aldrin para magkakasama na tayong Tatlo!"

"Ayos lang, Atleast Di ba! P.A, As in Personal Alalay!"

"Oo, para lagi na kayong magkasama ni Aldrin!" "Teka Chelsea, Ikaw ba ang magHired sa akin nyan as a Personal Assistant para kay Aldrin?" "Actually, Recommend lang kita kay Aldrin. Siya ang magHired sa iyo. Boss mo siya! Siya ang MagpapaSweldo sa iyo!" "Teka, naguluhan Ako ha! Sabi mo isasali mo si Rose sa Team as My Personal Assistant tapos, Recommend mo lang pala sa akin at ako pa magpaSweldo sa kanya?" Nayayamot na wika ni Aldrin. "Ang labo mo naman Chelsea!" Sabad ni Rose. "Ok ganito, to make it Clear. Gusto kong makasama ka Rose sa Team namin at para magkakasama tayong Tatlo. P.A ka ni Aldrin, Eh syempre dapat si Aldrin ang magpaSweldo sa iyo. Ano ka Aldrin? Gifted Child! Iaasa mo pa sa akin o sa Network ang Bayad mo sa P.A mo. Kaya mo naman magpaSweldo. Ang laki na nang kinikita mo at marami ka nang Projects. Ano, ayaw mo bang makasama natin si Rose?"

"Ofcourse! I can, and oo gusto ko! O'Di sana, ganyan agad ang sinabi mo kanina. Deal Rose! Dito ka lang sa aking tabi. Ako ang Boss mo at Ako lang ang mag-uutos sa iyo!" "Sure, Papa Aldrin! At Ako lang hahawak sa iyo!" "Hay naku! Ayan, ayan na naman kayong Dalawa. Puro nalang akong Kontrabida sa inyo!" "Kumusta na pala ang mga Negotiations at mga Booking ko Chelsea?" Plantsado na ang iba, the rest ay waiting Confirmation pa sa mga Clients at Signing of Contracts pagbalik natin. Wag natin pag-usapan ang Trabaho dito. Sulitin natin ang Bakasyon!" "Ok, I understand!" "Marunong rin naman magDrive itong si Rose at Professional ang Drivers License Card niya. Baka naman Pwede ka rin niyang ipagDrive!"

"No Problem, Chelsea! Lalo syempre pagod niyan si Aldrin sa mga Trabaho niya. So, P.A at Driver mo na rin ako Aldrin!" "Salamat Rose! Atleast, Tandem tayong Tatlo at Confident ako na kayo ang kasama ko!" "Syempre naman, may Pinagsamahan tayong Tatlo!" Wika ni Rose. "Hanggang kailan pa ba tayo niyan dito, Aldrin? Tanong ni Chelsea. "Last day na natin Bukas at Last Night. Wait nalang natin ang mga Reservation Tickets pabalik sa atin!" Sagot ni Aldrin. "MagSwimming muna tayong Tatlo After this Dinner, duon sa Swimming Pool. Then Bukas sa Dagat na!" Wika ni Rose. "Ok, Maganda yan Rose!" Sagot naman ni Aldrin. "Sa totoo lang, ma-Miss ko ang Vacation natin dito sa Boracay island!" Wika naman ni Chelsea na Nangangarap pa ito. And yun na nga, at sinulit nila ang masayang Gabing ito at sila'y nagSwimming, nagPicture Taking sa Swimming Pool. Kinabukasan, ay nag- Swimwear ulit sila para magbabad sa Dagat. Namili nang mga Souvenir Items, Nag libot at Namasyal. Maraming mga Turista at mga Foreigner ang bagong Dating para Magbakasyon. May mga nakipagPicture Taking kay Aldrin. Ngunit syempre, hindi na nakisali ang Dalawa. Para iwas sa Issue. Pagdating nang Hapon, Sa kanilang mga Kwarto ay agad na silang Nag-iimpake nang mga Damit dahil maaga ang kanilang Arrival Flight. At Pagsapit nang Gabi, ito na ang Last Supper nila sa Boracay. Nag-Thanksgiving prayer muna sila bago Kumain at nagpaHanda sila nang White Wine. Maging ang Gabing malamig sa Dalampasigan ay sinulit rin nila, pagkatapos nilang magHapunan. At sa sandaling bumalik na sila sa Hotel and Resort. Sabi nga nang isang kilalang Artista -Work, Ipon, Travel and Enjoy! Oo nga naman! Hndi naman masasabing isang luho o Paggastos lang ang pagtaTravel, Unless na ito'y iyong pinag- laanan nang Panahon, at tinustusan nang Budget o Salapi. Karamihan kasi, Nakapag Travel nga, Napuntahan na ang mga Magagandang Lugar, pero kumusta naman ang Savings? May Naipon ba naman o May natira pa? Ang mahirap ay, Inutang pa ang Perang pinagTravel. Ang magandang gawin kasi at solusyon dyan eh, Pag-ipunan, Pag sikapan kung Ikaw man ay may Balak bilhin o magTravel. Parang Reward mo na rin sa Sarili mo yan. Sa pagtaTravel o Vacation Trip, Dito Mapapasaya mo ang iyong Sarili. Maglilibang ka, Makakalimot ka sa Pait nang Nakaraan, Makakapag-Move on Ka. Mahahanap mo ang iyong Sarili. At hindi lang Pera ang nagPapaligaya sa Tao at ito nga'y Palasak na sa Pandinig nating Lahat. Ngunit ito'y Materyal na Bagay lamang na ating kailangan para sa ating pang Araw-Araw na Pamumuhay. May Diyos pa rin tayo na Sinasamba at nagbibigay sa Atin nang Pagpapala para sa ating mga Pangagailangan at sa ating Buhay. Ang Biyayang Ipinagkaloob kay Aldrin ay dapat niyang Pangalagahan at Mahalin. Wag lamang niya itong Aabusuhin at baka dumating ang Araw na malagay rin sya at Malubog sa Putikan tulad nang mga karamihang Artista na nalulong at nagHirap. Sa kanilang Pag-alis, Sakay nang Eroplano sa Cataclan Airport sa Aklan ay Bitbit nang Tatlo ang mga Maliligayang Araw at mga Memories nila sa Boracay Island. Pwede pa naman silang umulit at Balik Balikan pa nila ito As long as nag-Eenjoy sila sa Ganda at Mala-Paraisong Isla. And for this Time, Back into Reality. Tapos na ang Pagsasaya. Back to Work na naman sila nang Todong todo. "Ma'am, heto na po ang mga Schedule ni Aldrin sa Taping, Pictorial, Advertising, Commercials, Mga?"

"Ok sige, Jocelyn! Akin na at nang maReview ko. Yung mga Schedules rin nang ibang Baby's natin?" "Nariyan na rin po Ma'am, sa mga Next Pages!" "Ok, Ikaw na ang Bahala sa kanila!" "Ok Ma'am!" Sa Taping naman ni Aldrin para sa isang Telenovela sa T.V ay, "Ok ka lang, Rose? Isang Shoot na lang at

Pwede na tayong umalis!" "Ayos lang ako Aldrin. Enjoy naman Akong nanunuod. Kapag na-Edited na yan, Maiintindihan mo na ang Flow nang bawat Eksenang kinunan!"

"Oo nga eh, Nakakabagot minsan manuod nang Shooting. Sequence by Sequence tapos. Editing! Anong next nating Appointment niyan?"

"Pictorial sa isang Restaurant na kumukuhang Model sa iyo. Tapos ay Commercial Taping mo sa Lady's Medal Sardines! May Guesting ka pa Bukas sa Broadway, Sasayaw ka, tapos ay Pictorial para sa isang Mens Magazine! Pagsapit nang Gabi naman ay Taping ulit dito. Kinabukasan, Guesting ka sa isang Morning Talk Show. Interview at Kakanta ka. On the Following Day, Mall Tour Events! Then, Pictorial para sa isang Billboard na Model ka nang Tsinelas, At?"

"At marami pang iba! Rose, Tumatawag na si Direk, Kaunti lang naman ang Lines ko sa Script ngayon. Tapos, alis na tayo agad!" "Ok sige Aldrin, Go lang!" Nang biglang nag-Ring ang Cellphone ni Rose. "Hello? O'Chelsea! Yes, Patapos na kami. Isang Shoot na lang at on the way na kami for Pictorial ni Aldrin. Ah Oo, Duon sa Restaurant. Model siya nang kanilang Specialty na Original na Sisig!"

"At ang magiging Slogan niya Rose eh, -The Original Sisig without Egg and Mayonnaise!" "Ang taray naman, Sarap ha! May libre sana kaming Sisig pag-uwi Chelsea!" "Meron syempre! Even me. At si Aldrin, Libre siyang kumain duon nang Sisig for One Year!

Ako nga, binigyan nila nang Card for Free Sisig rin. Pwede ko rin ipagamit sa iyo yun Rose!" "Tignan mo nga naman Chelsea! Endorser ka na, May Free Sisig for a Year ka pa! Saya naman!"

"Oo nga Rose, kaya ikaw na Bahala sa kanya mamaya!"

"Teka Chelsea, Di ba, Endorser rin si Aldrin nang Lady's Medal Sardines? Eh di, may Libre rin siyang Sardines? At Model rin siya nang Pambansang Tsinelas! Eh di, Free rin ba siya nang Tsinelas?" Natawa itong si Chelsea sa itinanong ni Rose. "Depend sa Clients yan. Bibigyan naman siya nang Supply para ma-Try, Matikman, Magamit ang Products na Ini-endorsed niya. Siyempre, Help rin niya ang Product Distributor nai-Market ang Produktong nire-Represent niya!"

"Ok, I gets! Oo nga pala, Nag-Email na rin ako kay Jocelyn kanina!"

"Ok Rose, na-Forward na sa akin. Sige ingat kayo dyan!" Sa Studio, Sa Pictorial ni Aldrin Habang mine-Make-up siya at inaayos sa Dressing Room. "kaya pa Aldrin? Baka napapagod ka na. Pwede naman tayong magpa-Coffee Break!" "Tuloy lang tayo Rose, Ayos lang ako. Sanay na ako! Kailangan talaga, Enjoy mo lang ang ginagawa mo. Para hindi mo masyadong maramdaman ang Pagod. At mabilis pa ang Oras. Marami pa tayong mga nakasalang na Guesting!" "Oo nga eh, Lalo kaunti lang tulog natin. Gusto mo nang Coffee?"

"Sige, after nang isang Set, mag-Coffee Break muna!" Bilang P.A at Driver ay abala rin itong si Rose sa pagsasa-ayos nang kanyang mga dadalhing Gamit, mga Gadgets, Schedule ni Aldrin, Itenary, Mga Calls at Emails, NakikipagCoordinates rin siya sa Handler nilang si Jocelyn, at sa lahat nang Personal na bagay. Naging Mata na rin siya ni Chelsea na nagRe-report ito About sa mga Extra Activities ni Aldrin. Tuloy tuloy lang ang Trabaho at paDami pa nang paDami. tina-Target nina Chelsea at nang Network na magkaroon nang sariling Movie itong si Aldrin. Kaya't itong si Chelsea ay Puspusang Nakikipag Dealing sa mga Movie Producers. Pwede rin naman magHandle at gumawa nang Movie itong si Chelsea dahil Film Maker rin naman siya. Problema lang ang mag Finance o Executive Producers na magBudget at Gagastos. At ang mga Bigtime Sponsors, kung magkataon man na siya na ang Director at Scriptwriter. And siguro in God's Time ay kailangan pa naman i-Improved pang lalo itong si Aldrin sa pag-Acting. at kung naging Bida na siya sa mga Telenovela sa T.V o nakarami man siya nang mga Pagganap ay much Better at mahasa siya. Panay na rin ang kabi-kabilang Interview sa kanya, sa T.V, sa Radyo, sa mga Tabloids, Social Media na lalong hindi siya Tinatantanan. Kay laki nang kanyang Billboard sa isang Expressway kung saan talagang agaw pansin sa mga Motorista. Ang mga Press na walang tigil na nag-babantay sa kanya para maInterview at ginagawan nang Istorya.

"Aldrin Barcelona, Sa kabila nang inyong Kasikatan ngayon sa ShowBusiness, Bakit wala pa kayong nagiging Girlfriend ngayon? Totoo nga ba na kayo raw ay Pumapatol lamang sa mga Gay?" Tanong sa kanya nang isang Press na halos dumugin siya at panay ang PagPicture Taking sa kanya. "So Far, Im so Busy pa sa aking Career! Nakikita nyo naman, Non-Stop. And Thankyou Lord sa mga Dumarating na Blessings sa akin and, Maipapakilala ko rin siya kapag ako'y nagka-Quality Time sa Love Life ko. I Choose for a Non-Showbiz Partner. Thankyou!" Tinangka na ni Aldrin ang Tumakas na sa mga tanong nang mga Reporters, Ngunit ayaw pa rin siyang lubayan nang mga ito. Sa mga Oras na yun ay Live na Pinapanuod ni Chelsea ang Interview sa kanya. "Ano pa ba, ang gustong malaman nang mga Reporters na ito!" Bulong niya sa kanyang Sarili at kanya nang In-Off ang T.V at Humarap ulit sa Computer para kanyang mga Trabaho. Maya't maya lamang ay, "Ma'am, Excuse me lang po!" "Pasok ka Jocelyn, anong kailangan mo?" "May mga Reporters po sa labas. Gusto daw po kayong makaPanayam!"

"Huh? Ang bilis naman nilang makarating dito!" Gulat at Nagtatakang wika ni Chelsea.

Chapter 11

"Mga ibang Reporters po ang mga ito. Pero Regards rin yata sa Interview kanina kay Aldrin" Sagot ni Jocelyn. "Tatanungin lang naman nila ako About kung bakit wala pang Girlfriend na ipinakikilala itong si Aldrin. Ok sige, Pakisabi na lang at lalabas na ako! Maghintay sila!" "Ok sige, Ma'am!" At lumabas na nang Office itong si Jocelyn. nag- Buntong Hininga muna itong si Chelsea at saka tumayo at uminom nang Tubig. "The more na Sumisikat ka, The more na nagkakaroon ka nang Issue!" Bulong ni Chelsea at lumabas na ito nang Office para harapin ang mga Media. Pagharap niya sa mga ito ay sinalubong siya nang walang humpay na Flash nang mga Camera. Picture dito, Picture duon, Mga nagkukumahog na mga Reporters na samu't sari ang mga itinatanong.

"As a Manager ni Aldrin, alam nyo lahat ang tungkol sa kanya! Totoo nga bang wala pa itong Girlfriend o itinatago lamang niya ang kanyang Love Life? Non-Showbiz Girlfriend nga ba? Bakit nananahimik ang inyong Panig? May itinatago ba kayo na ayaw isaPubliko? It is a Truth or a Lie?" Tanong sa kanya nang isang Showbiz Reporter. "Tulad nang sinabi o sinagot ni Aldrin kanina lamang na-Interview siya eh, Wala pa nga siyang Girlfriend! And so far, Because of his Career nga, And too much Busy pa siya! Nakikita nyo naman ang Arangkada at Takbo nang kanyang Career ngayon. Kabi-kabila ang mga Offers sa kanya. Halos wala na nga siyang Pahinga. Napapagod na rin raw siya pero tuloy parin siyang magtaTrabaho para sa ating Lahat! Para mabigyan niya tayo nang Entertainment. Labis rin ang Pasasalamat niya sa inyo at sa kanyang mga Fans! Even in Abroad. He Promise naman na Once may makatagpo na siya eh, It's a Nonshowbiz Partner! Para nga naman Private hindi ba? At itong si Aldrin eh, Talagang mabuting Tao at makaDiyos! That's all! Thankyou! Mahal kayong lahat ni Aldrin!" At agad na umalis itong si Chelsea ngunit hinahabol pa rin siya nang mga Reporters. Natakasan naman niya ang mga ito sapagkat Dumiretso siya sa Basement. Matapos ay sumakay na sa kanyang Sasakyan para umalis. "Hay, Salamat po Lord! At natapos rin!" Bulong ni Chelsea. Biglang nag-Ring ang kanyang Cellphone at, "Hello Chelsea?"

"Yes Rose, nag da-Drive ako wait lang! MagHeadset lang ako. O' ano nang Status nyo dyan ni Aldrin?" "Heto, Ayos lang. Kakatapos lang namin pinanuod ang Live Interview sa iyo! Ang galing mo raw sabi ni Aldrin!"

"Wala yun! Maliit na bagay. Heto nga at buti natakasan ko sila! Ang dami pa nilang tinatanong. Ayaw pa akong tantanan!" "Atleast di ba, saan ang punta mo niyan?" "Makikipag-meet lang sa isang kakilala. O' paano, Ingat kayo dyan. Alagahan mo iyang si Aldrin!" "Akong bahala sa kanya, Chelsea.

Everything is Under Control!" "Good! Focus pa rin. Ok sige, Bye na!" Abala pa itong si Aldrin sa Taping nang Soap Opera na Pinapalabas sa T.V, Gabi gabi. After nito Guesting sa Network, Sa mga Noontime Show at Hanggang sa maging Leading man na siya sa mga Soap Opera sa T.V at nagkaroon na rin siya nang mga Leading Ladies o Partner. Ngunit ayaw niyang ma-Link sa mga ito at magkaroon nang Relationship sa likod nang Camera o in Real Life. Sadyang Devoted at Loyal itong si Aldrin sa kanyang Manager. So far, Hindi muna makaScore itong si Aldrin dahil naghihintay lamang ito nang Timing para makapag-akyat na nang ligaw kay Chelsea. Ilang Buwan pa ang lumipas ay isa na si Aldrin sa Pinagpipilihan nang mga Movie Producers bilang maging Leading man sa isang Pelikula. Masaya at Tuwang tuwa naman si Chelsea sa Balitang ito. At Finally, to the Level-up na ang kanyang pambatong Alaga. This time, Mas kailangan pang galingan ni Aldrin ang pag-Arte para makasungkit din nang Titulong Best Actor. At mapaBilang sa mga Hanay nang mga Bituin sa Mundo nang Showbiz. "It's your Time Aldrin!, Cheers!" Wika ni Chelsea nang Magkaroon sila nang maliit na Thanksgiving Celebrations.

"Job Well Done Aldrin! We are Proud of you!" Bati ni Rose.

"You Deserved it! Aldrin!" Pabati rin ni Jocelyn.

"Naku, Thankyou talaga sa inyo! Nakakataba naman nang Puso! Hindi ko magagawa ito kung wala kayo. Ang tagumpay ko ay tagumpay nating lahat! And First of All, Thankyou, Lord!" At nagPalakpakan ang Lahat. Kasama nila sa munting selebrasyon, Ang mga ibang Alaga at Kapwa Artista rin ni Aldrin. mga Teens at Child Stars.

"Kaunting kembot na lang Aldrin, Ito talaga ang dream ko! Ang may maiAkyat ako sa Mataas na Level at makakuha nang mga Award!" "Salamat Chelsea, Sana nga!" At muling Iniangat nila ang kanilang Hawak na White Wine at sabay na nagsipagsabing, "Cheers!" Matapos na uminom ay nagsalo-salo na sila sa munting Piging. "Atleast, Napasaya ko siya at Napapasaya pa!" Bulong ni Aldrin sa kanyang sarili Habang minamasdan niya itong si Chelsea. On the next following Day, Habang pinaPlano at pinag-uusapan pa lamang ang tungkol sa Movie Projects para kay Aldrin ay biglang may lumabas na Balita sa T.V, Isang Live Interview sa dating Artista na si-"Ano po ang Pasabog na isisiwalat ninyo sa amin Jake Almazen?"

"Nais ko lang pong ipabatid sa lahat na ako po ay may nalalaman kung sino ba iyang Partner ngayon ni Aldrin Barcelona. and yes! It's a Nonshowbiz Partner. At sino nga ba itong Girlfriend niya? Malalaman ninyo rin at aking ibubulgar sa Takdang Panahon! Kahit ang Manager niya at dati kong Manager ay alam ito! At ang mas maganda pa dito eh, Sa kanila na mismo manggaling ang Totoo! Hindi yung pinapaikot-ikot pa sa mga issue ang mga Tao! Now, Tell us! Don't Lie! Aldrin Barcelona and Chelsea Martinez! His Manager, Thankyou!" Nagulat ang lahat sa Pasabog ni Jake Almazen. "Chelsea, What's the Meaning of this?" Tanong nang isang Producers kay Chelsea Habang nasa kalagitnahan sila nang Meeting at sandaling nanuod sila nang balita. "Dati kong Alaga na Naninira at Nanggugulo! Tsismis! Para guluhin at ungkatin na naman ang Issue na yan. What's the Matter ba if sino ang kapareha man ni Aldrin ngayon? Wala yan. Black Propaganda!" Depensa ni Chelsea sa lahat. Biglang nag-Ring ang kanyang Cellphone. "Excuse me, I'll be back!" Paglabas niya sa Office ay, "Hello, Rose? yes! Alam ko na ang sasabihin mo! Si Aldrin nasaan?"

"Heto, Nandito muna kami sa isang Bakanteng Lugar. Ayan na nga ba ang sinasabi ko eh. Hindi ba't nagBanta si Jake nuon sa inyong dalawa ni Aldrin? Wait heto siya!"

"Hello, Chelsea! Napanuod namin ang Interview kay Jake. NakaTyempo siya. Ngayon pang may pinaPlanong Movie Project sa Akin. Nag-uumpisa na siyang Gumanti!"

"And so? Pinalabas lang naman natin sa kanya nuon na may Relasyon tayo para magtigil na siya! Pwede naman nating sabihin sa mga Press na pawang Kasinungalingan lamang at Paninira sa ating Dalawa tapos! No Evidence, No Crime!"

"May evidence, Chelsea. A strong Evidence!" Nagulat itong si Chelsea sa sinabi ni Aldrin at natigilan ito. "What!" "NagSend siya sa akin nang Photos sa Email ko at naiForward ko na rin sa iyo sa Email!" "What Photos? Oh, my God!" Habang kausap pa niya ang

Binata ay Dali dali siyang nagtungo sa kanyang Office at nagCheck nang Email sa Computer. Laking gulat niya sa kanyang nakitang Larawan.

"Hello? Aldrin! Picture ito nuong?"

"Yes Chelsea, Sa Bahay nina Rose sa Province. Nuong hinalikan kita dyan. kinunan pala niya tayo nang Larawan!"

"I see, Gagamitin niya ito para masira ka at ako sa Publiko. Sasabihin nila na mga Sinungaling tayo! Which is wala naman talaga tayong Relasyon at Palabas lamang itong Picture!" "Anong gagawin natin ngayon Chelsea?"

"Dirty Games ang alam nitong si Jake! Ngayon ako'y nagsisisi kung bakit nagkaRelasyon pa kami dati! Eh di Ibulgar niya! Pati na yung sa aming Dalawa!" Nangingilit sa Galit na wika ni Chelsea.

"Hindi ba't malaking Controversial ito Chelsea? Lalo tayong masisira! Sa mga tao, Ang Career ko, Trabaho mo. Lalo ang Network! Gagawan pa naman nila sana ako nang First Time Movie ko ay baka Mawala pa!" "No Choice Aldrin, Ganyan at ganyan na talaga ang mangyayari! Lahat tayo sira na at lalong masisira pa! Pero idedemanda ko siya! "Wala na bang ibang paraan? Nag-usap na ba kayo Chelsea? Kausapin natin siya! Ano pa bang kailangan niya? Pera? Maka balik sa showbiz? Hindi mo ba magagawan nang Paraan para Patayin ang Nagniningas na Apoy bago pa mahuli ang Lahat?"

"Teka lang Aldrin, Pinagsasabihan mo ba ako ha! Eh, Kasalanan mo rin naman ito. Pilit kang sumusuyo sa akin, Ako na ngang Pumipigil sa iyo at ngayon ano? Pinalitaw mo pang may Relasyon tayo kay Jake! At may paHalik Effect ka pa sa akin sa harapan niya! ayan tuloy! Nakunan niya tayo nang Litrato!"

"So, ako pa ngayon ang may kasalanan? ipinagtanggol na nga kita! At kasalanan mo rin at pinatulan mo pa ang Lalaking iyon!"

"Bakit Aldrin? Matuturuan mo ba ang Puso kung sino ang dapat Mahalin? Kung siya ang itinibok nang aking Puso nuon!" "At bakit rin Chelsea? Ibabalik ko rin sa iyo ang mga tanong mo. Matuturuan mo rin ba ang Puso ko na wag nang Umibig sa iyo? Gayong ikaw ang tinitibok nang aking Puso! Mahal kita Chelsea! At hindi ko ikinahihiya yung malaman pa nang Buong Mundo! Sige, kaya kong iwan ang lahat! Itong Kasikatan ko, Career ko, ang Pangalan ko para sa iyo Chelsea!

Mahalin mo lang ako ngayon Chelsea! Sabihin mong Mahal mo rin Ako at Haharapin natin ang lahat ng ito. Bilang Lalake ay Hinahamon ko ang pagkaLalake ni Jake" "No, Aldrin, Hindi sa ganitong Paraan. Hangga't hindi pa kami nag-uusap ni Jake hindi pa kakanta yun sa harap nang Media!" Naluluhang wika ni Chelsea. "Chelsea, iba- Blackmail ka niya! Tayong Dalawa ang haharap sa kanya!" Nag-aalalang wika ni Aldrin. "Gulo naming Dalawa ito Aldrin, At ikaw! Biktima ka lang dito. Hindi dapat masira ang iyong Career!" "Anong gagawin mo Chelsea?" "Sasabihin ko ang totoo! Na wala tayong Relasyon at Aamin Akong kami ang may Tunay na Relasyon sa harap nang mga Press! Hindi ka dapat Madamay dito! Remember mo pa ba ang Note na sinulat ko sa iyo? – My Manager's Note: Work or Love. Iisa lamang ang pipiliin mo dyan. Nakataya ang Career ko sa gulong ito! Isasakripisyo ko ang aking Trabaho para sa iyo, Para sa inyong mga Alaga ko. Good luck sa inyong lahat! Bye!" Naiyak at napaupo na lamang itong si Aldrin sa isang Tabi. Labis ang kanyang pag-aalala sa mga nangyayari at maging kay Chelsea.

"Aldrin, Are you ok? Tanong sa kanya ni Rose.

"KakaTawag lang ni Chelsea sa akin na Hangga't maaari ay iwas muna raw tayo sa mga Press at kung na-Interview ka man raw eh, Ang pasasagutin mo raw ay si Chelsea!"

"Nasaan siya ngayon Rose?"

"Sa Broadway pa at nagmi-Meeting!"

"Kailangan natin siyang puntahan ngayon! Hindi maganda ang mga nangyayari. Magpapaalam lang ako kay Direk!" "Anong gagawin mo Aldrin? Dito lang raw tayo at?" "Kung ayaw mong sumunod Rose, Maiwan ka dito! Dadalhin ko ang Sasakyan ko!" At walang magawa itong si Rose kung hindi sumunod sa kanyang Boss. Pagkatapos ay,

"Sasama ka ba?"

"Oo naman Aldrin!" Sagot ni Rose. "Ako ang magdaDrive. Tawagan mo lang lagi si Chelsea!" At sila'y sumibat na Paalis.

Chapter 12

Samantala, sa Broadway naman. "Jocelyn, I need to go now! Ikaw na ang Bahala diyan ok! Alam mo na mainit tayo sa Balita ngayon. Ikaw na muna ang Incharge dyan. Babalik rin ako agad!"

"Ok Ma'am, sige po!" At Dali daling Pinaandar ni Chelsea ang kanyang Kotse at kumaripas na nang Takbo. Maya't maya pa ay dumating na sina Aldrin at Rose sa Broadway. Tinawag lamang nila si Jocelyn para Lumabas.

"Naku, Kanina pa siya nakaalis Aldrin!" "Hindi ba niya sinabi sa iyo, Jocelyn kung saan siya pupunta?"

"Hindi Rose eh, Basta nagmamadali siya at namumugto ang kanyang mga Mata sa kakaiyak!" "Ok, Thankyou Jocelyn sa information! Mauna na kami!"

"Teka Aldrin, NakaSchedule ka ngayon nang Taping di ba?" Tanong ni Jocelyn. "Yes! Pero nagpaalam na ako kay Direk! We will be back naman. Sige!" At agad na silang umalis. "Saan naman kaya nag punta yun?" Bulong ni Aldrin habang nagdaDrive sa kahabaan nang Kalsada. "Baka nagkita sila ni Jake!" Tugon naman ni Rose. "For sure, pero saan naman natin sila hahanapin?" "Alam ni Chelsea ang kanyang ginagawa Aldrin, Manager siy!"

"Pero Brutal ang Laro ni Jake. napakaDesperado niya!"

"Sa palagay mo ba magkakanta nang nalalaman iyon sa Media?" "Yun ay Depend sa magiging pag-uusapan nila ni Jake. Hindi mo pa rin ba siya ma-Contact?" "Hindi eh, naka Off ang kanyang Cellphone!"

"Hindi na tama ang nangyayaring ito. Kailangan na mahanap natin siya!" Nag-aalalang wika ni Aldrin. Maging si Rose ay natataranta na rin sa mga nangyayari. Sumabay pa ang masikip na daloy nang Traffic at matinding init nang Panahon.

"Ano ba yan, ang haba nang Traffic!" Wika ni Rose. At itinodo ang Aircon nang Van. Habang hindi pa umuusad ang galaw nang mga Sasakyan ay biglang may naalala itong si Aldrin.

Binunot niya ang kanyang Pitaka at may kinuha itong maliit na Pirasong Papel. –Ang Manager's Note: Work or Love. At ito'y kanyang minamasdan maging ang mismong Papel. "Tama!" Biglang sabi ni Aldrin. "O' anong sinasabi mo Aldrin na tama?" Nagtatakang tanong ni Rose. "Saan ba itong Galaxy Coffee Shop?" Tanong ni Aldrin. "After nang Stoplight na dadaan natin niyan papasok sa may Kanto sa kanan!" "Ok, Tamang tama. Malapit na pala tayo!" "Bakit ba Aldrin? Magka-Kape ba tayo? Kainit na nang Panahon. Ay, teka nga? Galaxy Coffee Shop?" Nagtatakang wika ni Rose at meron itong naalala bigla. "Tama ka Rose! Isa ito sa Favorite pasyalan na Coffee Shop ni Chelsea lalo kapag may kaTagpo siyang Kausap" "Oo nga Aldrin, buti naman at naisipan mo. Baka duon sila nag-Meet Up ni Jake!" "Hopefullly, Sana nga at kung sakali man ay maabutan pa sana natin sila!" Nang lumuluwag na ang Traffic ay agad na Nakikipag-arangkada itong si Aldrin.

"Relax lang Aldrin, Baka makabangga naman tayo!"

"Wala na tayong Oras Rose! Kailangan nating Magmadali!" At nang makarating na sila mismo sa Galaxy Coffee Shop ay, "Aldrin! Ayan ang Kotse ni Chelsea at ni Jake. nasa loob pa sila!"

"Ok sige, Tara!" At Nagmamadali silang pumasok agad sa loob. Nag tingin tingin sila sa mga Mesa at nakita nila ang Dalawa na nag-uusap sa Bandang Dulo.

"Chelsea!"

"Aldrin! Anong ginagawa nyo dito? Rose!" "Walanghiya ka Jake ka! Lumaban ka nang Patas. Ipakita mo ang pagkaLalake mo. Artista ka pa naman naituring!" Biglang natawa itong si Jake. "Wait lang Aldrin, Wag kang mag-Eskandalo dito. Maupo muna kayo at magmiryenda ni Rose!" Awat at wika ni Chelsea. "What? paano naman ako mapapalagay nyan! Sinisiraan na tayo nang Lalaking yan! Ginugulo pa tayo! Nakikipag-usap ka pa dyan. Ano Jake ha? Tayong Dalawa ang magTutuos ngayon!" Galit na wika ni Aldrin na inaawat naman siya ni Rose. Nagtitinginan ang mga Staff nang Coffee Shop sa kanila. "Aldrin, will you Shut-up your Mouth! Maupo ka nga dyan! Rose, Please Pakalmahin mo muna yan!" Utos ni Chelsea.

"Aldrin, Calm Down! Maupo muna tayo!" Awat naman ni Rose. Tinititigan nang masamang tingin ni Aldrin si Jake. At si Jake naman ay Napapangiti lamang ito. "Nakakaloko ka ha!" Galit na wika ni Aldrin. "Aldrin! Nandito ako. ako ang Manager mo! Sumunod ka!" Pagbawal na wika ni Chelsea.

"Chelsea, Im your Lover, Boyfriend mo Ako!" Depensa ni Aldrin.

"Talaga Aldrin? Girlfriend mo nga ba si Chelsea!" Natatawang tanong ni Jake

"Oo! Bakit Pare?" Namumulang sagot ni Aldrin. nagtinginan sina Chelsea at Jake at Sabay silang Nagtawanan. Nabigla sina Aldrin at Rose at sila'y Takang taka. "Ba, Bakit kayo tumatawa?" Curious na tanong ni Aldrin. Sa sandaling dumating na ang malamig na inumin nina Aldrin at Rose na pinagServed sila nang isang Staff.

"Uminom muna kayo nang Refreshing Drink!" Wika ni Jake. "Don't Worry, akong bahala sa inyo dito sa aking Coffee shop!" Sambit ulit ni Jake. "Huh, sa iyo itong Coffee Shop, Jake?" Tanong ni Rose. "Yes, Rose. And mag-uumpisa na ako sa ating mga Pag-uusapan ngayon!" Wika ni Jake. Ok Aldrin, Chelsea and I, are Good Friends now. Humingi na ako nang Tawad sa kanya at maging sa Network. Yes! Marami akong mga Kapabayaan, Pagkakamali, pero hindi pa naman huli ang lahat para Ako'y Makapag-umpisa ulit at Magbagong Buhay. About sa pasabog kong Interview eh, Kung talagang Mahal mong talaga si Chelsea, Aldrin eh Panindigan mo at Patunayan mo! Dahil minsan na namin itinago ni Chelsea sa Publiko ang aming Relasyon kung kaya't na Realize ko na ito'y hindi dapat. At gusto ko lang sanang mangyari eh, kung maging kayo man ni Chelsea ay ilantad nyo sa Publiko. At wag tutulad dati sa aming dalawa!" Naliwanagan na tuloy itong si Aldrin sa ibig na mangyari ni Jake. "Sa totoo lang Jake, Ganyan naman talaga ang gusto kong mangyari. Yun ay kung naging kami talaga ni Chelsea!" Katwiran naman ni Aldrin.

"Ang akala ko kasi dati, kayo na talaga. Kasi nga nung Hinalikan mo siya sa Harapan ko at nakunan ko kayo nang Litrato!" Wika ni Jake.

"A Little White Lie lang yun! Palabas lang naman at Pagtatanggol ko kay Chelsea!" Sagot ni Aldrin. "Ang haba nang Hair mo kasi, Chelsea! Mga Artista pa ang Lumalapit at Sumusuyo sa iyo!" sabad naman ni Rose.

"Hay naku Rose, Nakita mo naman siguro. Ang gulo hindi ba. Ang hirap. Wala nang Privacy at Katahimikan. Mababaliw na talaga ako kapag nagPasabog ka talaga nang Kontrobersyal Jake! At Thankyou na rin. Basta, Napatawad na rin kita! At paano pa pala natin lulusutin ang naging Pahayag mo?" Wika ni Chelsea.

"Just Tell the Truth!" Sagot ni Jake.

"Your Right Jake! Eh, di basta sabihin na, Nonshowbiz Girlfriend! At ikaw na rin bahalang magClear sa mga Press!" Mungkahi ni Rose kay Jake. "Sorry again, sa lahat!" Wika ni Jake. "Sorry rin sa lahat!" Wika naman ni Aldrin. "Wala na yan, ang mahalaga eh, nagka-ayos na at nagkaPatawaran na tayong lahat!" Wika ni Chelsea.

"Paano nyo pala kami nahanap dito Aldrin, Rose?" "Naku si Aldrin ang tanungin mo Jake!" Sagot ni Rose.

"Duon sa Notes na ibinigay mo sa akin, Chelsea. Resibo iyon nang Coffee Shop dito. Pinagsulatan mo sa likod kaya naisip ko na dito ka Nagpapasyal!"

"Ang galing mo naman mag-Investigate Aldrin!" paPuri ni Rose. "Hindi naman Rose, Nagkataon lang at naabutan pa natin sila!" Nagkukunot Ulong sabi ni Aldrin. "O' siya, Paano niyan. Everything is Clear na! Ano man ang gawin at Paliwanag natin sa mga Tao ay may masasabi't masasabi rin sila. Kaya gawin na lang natin ang Makakabuti sa Atin. At Hayaan natin sila!" Pahayag ni Chelsea.

"Basta pagharap na natin ulit sa mga Press, sabihin na natin ang dapat sabihin at tuldukan na ang usaping yan!" Sabad ni Jake. "Better na kayong Tatlo mismo ang haharap sa mga Press, Para isang Paliwanagan na lang at pag-Interview!" Mungkahi ni Rose.

"That's a Good idea! Rose" Wika ni Aldrin.

"May kakausapin ako sa Studio. Magpa-Guest Interview tayo sa Morning Talk show bukas. Para matapos na ito. At wala nang Press na lalapit sa atin niyan! Dahil susulitin natin ang oras na ibibigay sa atin!" Wika ni Chelsea.

"The best iyang naisip mo Chelsea!" Wika ni Jake.

"You need a Fast Decision lalo na sa Trabaho kong ito. Kailangan tama lahat!" Sagot ni Chelsea.

"Salamat naman at nagkasundo na kayong lahat. Paano na pala ang Career mo niyan Jake? Tanong ni Rose.

"Heto, Private Life, Ordinary Citizen na lang at nagpapaTakbo nang mga Negosyo!" "Hindi bale Jake, Kapag naayos na rin ang lahat, Ipapatawag kita kahit sa mga Taping lang o pa-Extra sa mga Movie kapag nakarami na nang Movie Offer itong si Aldrin!"

"Salamat Chelsea! Kay buti mo!" At nagtinginan ang Dalawang Artistang Binata at Sabay na nagShake Hand.

"Aldrin, kung dumating man ang Panahon na maging kayo ni Chelsea, Alagahan mo siya. Wag mong Pababayaan!"

"Oo naman Jake! Iingatan ko siya!" "Asahan ko iyan!"

"Pangako ko iyan!"

"Hoy! Kayong dalawa diyan! Mga Baliw! Tigilan nyo nga akong Dalawa. Tama na iyan! Ikaw Jake, magReady ka Bukas sa Morning Talk Show natin sa T.V, Ikaw Aldrin, May Taping ka pa ngayon hindi ba? Rose itong Alaga mo asikasuhin mo! Hindi pa ba kayo pina-Follow up ni Jocelyn? Ano pang mga Schedule mo niyan?" Mataray na wika ni Chelsea. "Opo, Heto na Ma'am, Mauna na kami. Salamat Jake ha, sa Miryenda. Tayo na Aldrin!" Wika ni Rose. "Ok sige, Ingat kayo at Wish you Luck Aldrin!" Wika ni Jake. "Thankyou, Jake!" Sagot ni Aldrin.

"O' Baka mag- Beso beso pa kayo diyan sige na! Alis na!" Sabi ni Chelsea.

"Teka lang!"

"Ano na naman Aldrin?"

"Kiss muna?"

"Bwisit ka!" Sagot ni Chelsea. At nagtawanan silang Lahat. Gaya na rin nang inaasahan, Nagawa na nga nila ang dapat na mangyari. NakapagPaliwanag na sila sa isang Morning Talk Show at balik agad sila sa kanilang mga Trabaho. Hindi naman naging hadlang ang Issue nila para hindi matuloy ang Movie Offer kay Aldrin. At natuloy na rin Finally ang paggawa nang kanyang First ever Movie na siya ang Bida. niRequest rin niya si Jake para makasali at maka-Extra sa kanyang ginagawang Pelikula. Natapos rin naman sa loob nang Apat na Buwan. nai- Palabas na rin sa mga Sinehan Nationwide. nailaban pa nila ito sa isang Prestigious Movie Fest Award at nakasungkit sila nang mga Awards sa ginanap na Awards Nights. –Best Picture, -Best Screenplay, -Best Director, -Best Actress At si Aldrin Barcelona, Bilang best actor! Naroon rin sa Awarding si Chelsea, na Naluluha sa Saya. Si Rose na panay ang Palakpak. si Jocelyn na natutuwa at panay ang Cheer-up, Si Jake Almazen na masayang masaya at nakakuha rin nang Award Bilang best supporting Actor. Nagkaroon sila nang bonggang Selebrasyon, Thanksgiving Party, at isang Engrandeng Bakasyon. Nagtungo sa Amerika sina Chelsea, Aldrin, Rose at Jocelyn. Habang minamasdan nina Chelsea at Aldrin ang magandang Tanawin ay, "Na-achieved mo na ang mga Pangarap mo Aldrin. Wala ka nang hihingin pa niyan!"

"Meron pa Chelsea, Ang lagi kong Ipinagdarasal at Hinihiling sa Panginoon!" "Ano ba yun Aldrin?"

"Higit pa siya sa lahat nang Achievement na tinatamasa ko ngayon Chelsea. Ang Babaing labis na pinaPangarap ko!" NapaTingin itong si Chelsea kay Aldrin at Hinawakan naman ni Aldrin ang Kamay ni Chelsea. "Chelsea, Sa iyo ko lang nakita at Nahanap ang tunay na Pagmamahal. Ang tunay na tinitibok nang Puso. Mahal kita Chelsea, Ikaw ang Gantimpalang nais na maiHandog sa akin. Iingatan at Mamahalin Habang Buhay!"

"Aldrin, This Time! I Offer my Life to you. My Heart and My Soul. Mahal rin kita Aldrin!" Sa sandaling naglalapitan na ang kanilang mga Mukha at Labi at sila nga'y nagKissing in Public. Matapos ay nagYakapan sila nang Todo higpit na Puno nang Pagmamahal. "Ano nga kasi ang Note mo sa akin Chelsea?"

"Note? ko sa iyo?"

"Yes, yung Sinulat mong –Manager's Note: Work or Love?"

"Na, Accomplished na natin ang mga work Plan natin. And now, Sa Love naman tayo!" Wika ni Chelsea. Matapos ay, Iniabot ni Aldrin ang Scratch Paper Note kay Chelsea. Tinignan ito ni Chelsea at sabay Halik kay Aldrin na gumanti rin nang mga Halik itong binata sa kanya. Habang sila ay patuloy na naghahalikan, ay Pinipilas ni Chelsea ang Scratch Paper Note sa kanyang kamay Hanggang sa ito'y mapunit at ibinulsa. Naging masaya naman ang Relasyon nilang Dalawa. It's a Dream come True na rin kay Chelsea ang makasama ang Lalaking kanya nuong Pinapantasyahan nuong College Life nila. Ika nga, Much Better at maganda pa ang Plan sa iyo ni Lord kaysa sa mga Plan mo ngayon. Kung hindi man niya nakuha nuon si Aldrin ay ito'y sa tamang Panahon. At syempre, hindi naman ganun kadali o Instant agad eh, Nariyan na at ibibigay sa iyo. In God's Time. Sa dami nang Hirap, Sacrifice, at mga Kontrobersyal na kinaharap nila eh, Talagang ito'y nagpatibay para sa kanila. Ibibigay rin ang para sa iyo at Patience lang at maghintay. Ang para sa iyo ay kusang lalapit sa iyo. Bastat gawin mo lang ang tama at mga bagay na makakabuti sa iyo. Aysuin ang iyong Buhay at wag magpapatalo sa mga pagsubok at Hamon sa Buhay. Maging matatag! After nang kanilang Two Weeks Vacation sa Amerika ay bumalik na silang muli dito sa Pilipinas. Umugong na rin ang Usap-usapan tungkol sa Dalawang magkaRelasyon ngayon. At kanila naman ipinagmalaki ang Balitang sila na nga ay magkasintahan na. Medyo humupa muna ang mga Projects at Offer kay Aldrin dahil na rin sa mataas na ang Value Offer niya at Talent fees ay minabuting magFocus na muna siya sa mga Negosyong itinatayo niya at sa Relationships nila ni Chelsea. "Gusto mong pagba-Bake kita nang Cake?" Tanong ni Chelsea kay Aldrin.

"Oo ba sige, and While you bake, gagawa naman ako nang Salad natin at Magluluto ako nang Favorite mong Foods!" Sagot naman ni Aldrin.

"Yan ang gusto ko sa Lalaki, Marunong sa lahat nang bagay, maAbilidad at Marunong Magluto. Wika naman ni Chelsea. "Correct! Parang ikaw rin! O' Kiss muna?" Wika ni Aldrin. At naghalikan nga ang Dalawang Love Birds na nagyayakapan pa nang todo higpit. Ika nga nang Director sa kinukunan na Kissing Scene, "Cut! Ok! Great!"

Printed in the USA
CPSIA information can be obtained
at www.ICGtesting.com
LVHW040751141024
793746LV00003B/505